உமா மகேஸ்வரி கவிதைகள்

தொகுதி - 1

உமா மகேஸ்வரி

வம்சி

உமா மகேஸ்வரி கவிதைகள்	:	கவிதைகள்
ஆசிரியர்	:	உமா மகேஸ்வரி
	:	© ஆசிரியருக்கு
முதற்பதிப்பு	:	டிசம்பர் 2023
அட்டை வடிவமைப்பு	:	பி.எஸ். வம்சி
வெளியீடு	:	வம்சி புக்ஸ்
		19, டி.எம்.சாரோன்,
		திருவண்ணாமலை - 606 601
		9445870995, 04175 - 235806
அச்சாக்கம்	:	மணி ஆப்செட், சென்னை - 600 077
விலை	:	₹ 350/-
ISBN	:	978-93-93725-98-1

Uma Maheshwari Kavithaigal	:	Poems
Author	:	Uma Maheshwari
	:	© Author
First Edition	:	December 2023
Cover Design	:	B.S. Vamsi
Published by	:	Vamsi books
		19.D.M.Saron,
		Tiruvannamalai - 606 601
		9445870995, 04175 - 235806
Printed by	:	Mani Offset, Chennai - 600 077
Price	:	₹ 350/-
ISBN	:	978-93-93725-98-1

www.vamsibooks.com - e-mail: vamsibooks@yahoo.com

அருவிக்கு

என்னுரை

எழுதாமலிருக்க முடியாததால்தான் எழுதிக்கொண்டிருக்கிறேன் என்று தோன்றுகிறது. இந்தக் கவிதைகளை மொத்தமாக வாசிக்கையில் ஏனோ மனம் அயர்வுறுகிறது. எதுதான் கவிதை என்றொரு பெரும் கேள்வியும், அதை எழுதி விட்டேனா நான் எனும் குழப்பமும் அடர்கின்றன. எழுதுவது குறித்த எனதிந்த நம்பிக்கையின்மை எழுத்தையும், வாசிப்பையும் ஒரு சிறு பொருட்டாகவும் கருதாத எங்கள் குடும்ப அமைப்பினாலேயே விளைந்திருக்க வேண்டும். வெளியுலகோடான உறவு பெண்களுக்கு நிர்த்தாட்சண்யமாக மறுக்கப்பட்ட வீடுகளிலேயே நான் பிறந்து, வாழ்ந்து வருகிறேன். சிறுவயதில் அவ்வப்போது நலிவுறும் உடலும், அதனால் விளையாட்டில் நாட்டமின்மையும் தனிமைக்கான பிரியமாகத் திரண்டன. தனிமையில் என்னோடேயான அந்தரங்க உரையாடல்களாகவே எழுதத் தொடங்கினேன், நாட்குறிப்புக்களாக. அவற்றின் மொழியை லயப்படுத்தும் முயற்சியில் அவை அடைந்த வடிவம் பிடித்திருந்தது. எனக்கேயான சுதந்திரம் மிகுந்த தனி உலகை எழுத்தில் அமைக்க முடிந்தது. குடும்பமும், சமூகமும் பெண் மீது நிலைநாட்டுகிற ஒடுக்குமுறைகள், விலக்க முடியாத தனிமை,

வெவ்வேறு கட்டங்களில் தொடர்கிற வேதனையின் நிழல் எல்லாமும் எழுதுவதற்கான தேவையை ஏற்படுத்துகின்றன. பாதி திறந்த சன்னல் வழிப் பார்வையாகவே இந்தக் கவிதைகள் அமைந்து விட்டதெனில், என் வாழ்முறையும் சூழ்நிலையுமே அதை அவ்விதமாக்கியுள்ளன.

புறஉலகம் ஏற்படுத்தும் பாதிப்புக்கள் கவிதைக்கு அவசியமெனிலும், அது எப்போதும் அகம் சார்ந்த தேடலும், நிறுவுதலுமாகவே இருந்து வருகிறதென்று தோன்றுகிறது. வரையறைகளுக்குப்படாத வசீகரம்தான் கவிதை மீதான இடையறாத ஈர்ப்பிற்குக் காரணமுமாகிறது. அனுபவங்கள் பதியும் உணர்வுத் தளமும், படைப்பு மனமும் வெவ்வேறாயிருப்பது ஆச்சர்யமூட்டுகிறது. குறிப்பான உணர்வுகள் எளிமையாகவோ, தட்டையாகவோ, சிதறியதாகவோ இருக்கலாம்; ஆனால் அவை கவிதையாக உருமாறும்போது சிக்கலாகி விடுவதாகத் தோன்றுகிறது; மொழிக்கான தேடலோ, எப்போதும் தவறான இடங்களிலேயே முடிந்து கசந்த உணர்வுகளையே கண்டடைகிறது. என்னுடைய பகுதிகளாகவே தெரியும் இந்தக் கவிதைகளில் ஏதோ ஒரு வாசக மனம் தனது சாயலைக் காணக்கூடுமென்பதே போதுமானதென்று நினைக்கிறேன்.

உறவுப் பாவனைகளில் திணிக்கப்படும் ஆணாதிக்கத்தில் நான் முற்றிலுமாகச் சிதைந்து விடாதிருக்க, எழுத்து உதவிசெய்ய, என் மீதான அடக்குமுறைகளையும், உருக்குலைப்புகளையும் யாரோவாகி வேடிக்கை பார்த்து எழுதுகையில் இந்த வாழ்வைத் தாங்கும் திடம் பெறுகிறேனென நம்புகிறேன்.

என் சகோதரியின் அகால மரணம், வாழ்க்கை மற்றும் மனித உறவுகள் மீதான எனது குறைந்தபட்சப் பற்றுதல்களையும், நம்பிக்கைகளையும் சிதைத்தது. அந்த மாபெரும் வெற்றிடத்தில் எல்லாம் அழிந்து, எழுத்துக்களே தொலைந்து போனதாக உணர்ந்தேன். கடுமையான மனச் சோர்வால், நான் வேதனையுற்றிருந்தேன். அந்தச் சமயத்தில் எங்கேயோ தூரத்திலிருந்துகொண்டு, பொறுமையும், பிரியமுமான தங்கள் தொலைபேசி உரையாடல்களால் திரு. சுந்தரராமசாமி அவர்களும், கமலாம்மாவும் எனக்கு உதவியிராவிடில் நான் தொடர்ந்து எழுதி இருக்க இயலாது. நொடிந்த மனதோடும், இந்தத் தொகுப்பு வருவதற்கான நோக்கமின்மையோடும் நான் இருந்தபோது தானாகவே என்னை அணுகி இதை வெளியிட முயன்ற வசந்தகுமார் தந்த ஊக்கமின்றி இந்நூல் இவ்வளவு கவிதைகளுடன் வெளிவந்திராது. இந்தக் கவிதைகளைக் கணினியில் கோர்த்த, இந்நூல் நேர்த்தியாக வரக் காரணமாக இருந்த கமலாதேவியையும் இந்தச் சமயத்தில் அன்போடு நினைக்கிறேன்.

இதுவரை நான் எழுதின கவிதைகளை தொகுப்பாக்கி இரண்டு பாகங்களாக வெளியிடும் வம்சி புக்ஸ் ஷைலஜாவிற்கும், அட்டை வடிவமைப்பு செய்த வம்சிக்கும், தொகுப்பை நேர்த்தியாக வடிவமைத்த மோகனாவிற்கும், அஜிதாவிற்கும் நன்றி.

- உமா மகேஸ்வரி

umamahi2002@gmail.com

நட்சத்திரங்களின் நடுவே

நினைவின் பூத்தெறிப்புக்கள்

வானில் அங்கங்கே
நீலத்தின்
கவிதைப்பரவல்கள் ... ...

மனம்
திரும்பத் திரும்ப
உன்னில் நனைகிறது.

ஞாபகச் சமவெளியில்
நடந்து நடந்து
கால்கள் வலிக்கின்றன.

இதய வேர்களில்
கோர்த்திருக்கும் நீர்த்துளிகள்
விழிமலர்களிலும் துளிர்க்கின்றன.

உன்னில் நனைந்த
உணர்வுக் குளிரில்

எண்ணம் சிலிர்க்கிறது.
மௌனப் பள்ளத்தாக்குகளில்
நின் நினைவுகளோடு நான்
சரிந்துகொண்டிருக்கிறேன்..

உன் நினைவின் வெளியில் பறவை மிதப்பாய்
சந்தோஷிக்கும் இதயத்தை யதார்த்தத்தின் கனம்
கீழே, கீழே, கீழே இழுக்கிறது

மண்ணில் விரிந்துகிடக்கும்
பச்சைக் கூந்தலின் பாதை வகிட்டில்
மலர்க் குங்குமங்கள்
மங்களமாய் தெரியும்போது.....
உன் விழிகள்
என்னுள் ஏற்றிய ஜோத்
நளினமாய் நடுங்குகிறது.

தென்னைமரங்கள்
காற்றில் கரம் முறித்துக்
களைப்பாறும் போது...
உன் கனிவால்
எனக்குள்
உயிர்பெற்ற ஊற்றுக்கள்
அருவியாகின்றன!

உமா மகேஸ்வரி

உன் கண்களின்
வார்த்தைகள்,
கனவுப் புத்தகங்களில்தான்
அச்சேற முடியும்.

இருப்பினும், இருப்பினும்
அவற்றை வாசிப்பதையே
மனம் நேசிக்கிறது.

ஞாபகச் சமவெளியில்
நடந்து, நடந்து
கால்கள் வலிக்கின்றன.

உன்னில் நனைந்த
உணர்வுக் குளிரில்,
எண்ணம் சிலிர்க்கிறது.

*

தவிப்பு

என்னோட ஒற்றை ரோஜா
என்னாயிற்றோ?
மாதக் கணக்கில்
மௌனம் காத்து
நேத்துத்தான்
மொட்டுத் துவங்கியது.

இப்பவோ தகரச் சார்ப்பில்
இரைந்து தாளம் போடும்
மழை.
தெருவெல்லாம்
முழங்கால் முங்க நீரோடும்

கொல்லைப்புறம்
தனியாய் நின்று
குளிரஞ்சிச் சாகுமோ
என் ரோஜா?
காம்பறுந்துத் தரைவிழுமோ?

உமா மகேஸ்வரி

வெளியே போய்ப்
பார்க்கலாமென்றால்,
அம்மா வார்த்தையெறிந்து
பாத்திரமுடைப்பாள்;
ஈரக்கால் வழுக்கும்.

காலையில்
காற்று களைத்திருக்கும்.
மழைக்கோ
மௌனம் பிடிக்கும்.
காற்பெருவிரல்
வாசற்படிக்கு
ரத்தப்பொட்டிட,
ஓடிப்போய்ப் பார்த்தால்......

என் தனி ரோஜா
இமை அகன்று,
பச்சை இலை பரப்பிக் கேலியாய் அசையும்
எனைப் பார்த்து.

ஸ்நேகிதனுக்கு....

நம்முடையது
நட்பில்லை, நண்பனே!
என் மனவெளியெங்கிலும்
உனது பார்வைகள்
கனவு நட்சத்திரங்களை
நட்டபோதிலும்,
உன் மௌனங்களுக்கும்
நான்
கவிதா அர்த்தங்களைக்
கற்பித்தேனாயினும்
இது ப்ரேமையன்று; பிரமை.

கடிவாளங்களினின்று
கழலத் தெம்பில்லை
உனது ஆசைகளுக்கு!
உன் பிரியங்களோ
அகழி முதலைகளுக்கு
அஞ்சித் திரிகின்றன.
தரையில் அலைந்து

உமா மகேஸ்வரி

இரைதேட மட்டுமே.,
குளிருக்குப் பயந்து
கூட்டில் ஒடுங்கவே,
உனக்குச் சிறகுகள்;
பறப்பதற்கில்லை!
மறுபடி மறுபடி,
பேச்சின்றி மனம் புதைத்து
உறங்கிப் போ, உன் கூண்டுள்!
நம்முடையது நட்பேயில்லை;
நண்பனே.

*

காதல்

களிப்பும் சிரிப்புமற்று
சும்மாகிடக்கும்
தொட்டி நீர்.
சுவர் சார்ந்தொடுங்கி
பக்கங்களில் பாசம் பற்றும்.
மதியத்துப் பாலை வெயிலில்
மெல்லவந்து கால் பதிக்கும்
ஒற்றைக் காகம்.
இருட் தகடென்றிருக்கும
இறக்கை நனைக்கும்.
அலைத்து நீர் திருப்பி
அலகால் உள் உறிஞ்சும்.
சிறகொதுக்கி தொட்டி நீங்கும்
நொடியில் பறந்து.
கரைமீறத் திரியும் தண்ணீர்
சுழல் கிளப்பி வான் வெறிக்கும்
மறுபடி காகம் வருமாவென்று.

*

உமா மகேஸ்வரி

சலிப்பு

இன்றிரவும் விடியும்:
மறுபடி
சாப்பிட்டுத் தூங்கி,
தூங்கிச் சாப்பிடும்
வாழ்க்கைக்கு
லட்சியமோர் கெட்டவார்த்தை,
மாலையில்
வெளிர் வான் விரிப்பில்,
இறங்கிப் படரும் இருட்சாயம்,
அற்புதமான ஒழுங்கின் மையில்
அசையும் பூக்கள்
நதியோரத்தில்.
சன்னல் விளிம்பேறி
சற்றே சிறகுகோதிப்
பட்சிகள் பறக்கலாகும்.
உதற் உதற
மேல் விழுந்து மடிபுரளும்
செல்லப்பிராணியாய் உன்

ஞாபகங்கள்.
அனைத்தும் கவிதையே
ஆயினும் இவற்றிலிருந்து
என்னைச் சுவர்கள் பிரிக்கும்.
கயிறறுத்து விட்டாலும்
சுதந்திர நிச்சயமின்மையில்
மீண்டும் மனம்
கொட்டடிக்குள்.
இமைக்குள் தன்னிரக்கத்தால்
நீர்த் தெப்பம்
இன்றிரவும் விடியும்.
நாளையும் சாப்பிட்டேயாகனும்.

தனிமை

காரணம் தெரியாத
கண்ணீராய்
மழையோ
பிசுபிசுக்குது.
உணர்ச்சிச் சீறல்போல்
உயிரைப் பாய்ச்சும்
குளியலறைக் குழாய்.
மலைகள்
தொலைதூரக் கனவென
மௌனம் செதுக்குகின்றன
தாழ்ப்பாள் மீறக்
காற்றில் யுத்தமிட்டுச்
சலித்து முடங்கும்
சன்னல் கதவு.
கடிபடும் நகங்களைப் போன்று
இறக்கைகள் ஒவ்வொன்றாய்
பிடுங்கத் தரும்
செத்த கோழி

வார்த்தைகளில்
உடைசலாகி,
மனச்சிசு தேம்பிடும்
நீயெங்கே போய்த்
தொலைந்தாய்?

ஒடுக்கம்

இருளுள் துளைந்து,
இருளை அணைந்து
அதுவே காதலாச்சு;
சிறிதும் வெளிச்சம் காணின்
இமையஞ்சும்; முகம் கூசி
மறையும்.
வெளியே கலகலத்து
உரசும் குரல்கள்.
தெருவெங்கும் கேட்கும்
சிறுவரின் சைக்கிள் சந்தோஷம்.
காகங்கள் பயந்து தயங்கி
நெல்மணி திருடும்.
கனகாம்பரச் செடிக்கு மேல்
துணிகள் காயும்.
உள்ளே வருவிக்கப்பட்ட துயரில்
உருகி இணைவோம்
நானும், தனிமையும்.
கண்ணீரும், புன்னகையும்

கடைசியில் சமர்ப்பணம்
இருட்டுக்கே.
நிலைக்கீற்றினூடே
நுழையும் வெளிச்சம்,
திரைகள் தாண்டத்
திணறிச் சாகும்.
பகல்களையெல்லாம்
கூட்டிக்கழித்தும்
இறுதியில் இருட்டே
மீதமாச்சு,

கயம்

அடுப்படியின்
அழுக்கு மொலைய்க்.
விரலிடுக்கில் பாத்திரக் கரி.
காற்றிலாடு துணிக்கொடியும்,
நேற்றிருந்த கனாக்களும்
வாழ்க்கையாச்சு,
இருப்பின் அவஸ்தை மறைக்க
இயல்பாகிப் போனதோர்
சந்தோஷ முகமூடி;
கயத் திமிர் வேறு.
தன்னைத் தான் ஆய்வதோடு
பிறர் குணமும் கூறு போடல்,
தொடரத் தொடர வேதனை மிகும்.
தொலைதூரத்தில் விசும்பும் நிலவும்,
கேள்விகள் இன்றி சதா
புல் தின்னும் ஆடுகளும்,
மனம் உறுத்தும்,
பேச்செல்லாம்

சவ ஊர்வலத்தின் சங்கொலி போல்
வெறுமை.
இவை தவிர்த்து எப்போதும்
கடல் துப்பிய சிப்பியாய்
கரை மணலில்
நான் தனித்து,

அலைச்சல்

முரண்பட்ட கனவொன்றில்
முழுக்கக் கலைத்தது தூக்கம்,
தலைமாட்டில் நீள் சதுரமாய்
தரை மூடிச் சாய்ந்த பீரோ,
காலடியில் பஞ்சு பஞ்சாய்க்
கழுத்து பிதுங்கும் தலையணை.
சுற்றிலும் நீண்டும், முடங்கியும்
உருவங்கள் உறங்கும்.
ராட்சஸச் சிலந்திபோல்
அசைவின்றித் தொங்கும்
உயரத்தில் மின் விசிறி
சாம்பல் தானேயென
ஞாபகம் கிளறினால்,
இன்னும் நெருப்பாக இருக்கிறது.
சோம்பி எண்ணம் மடிந்து,
சுருண்டு கிடக்கும் மனது.
வேதனையின் சருகுகள்
தூரத்தே சிணுசிணுக்கும்;

கோட்டான் போல் முனகும்.
சலித்துப் போய் மறுபடியும் மனது
கனவு தேட முனையும்
இன்னும் ஏன் விடியவில்லை?

நட்சத்திரங்களின் நடுவே

தனித்திரு!
பொட்டல் பரப்பின்
ஒற்றைப் பனைமரம் போல்
சுற்றத்தினின்று
ஆரோக்யமாய் தூரம் வளர்,
படுக்கையில் மல்லாந்து,
நட்சத்திரங்களின் நடுவே திரிந்து
கவிதைகள் பொறுக்கு.
உன்னை உன்னினின்றும் பிரித்து,
ஒரு கோடிச் சிறகுதை
உயரப் பறப்பதற்கு.
காலையில் வேலை துவங்கிக்
கைகுலுக்கிப் பேசிச்சிரி.
சட்டைகள் உதறிச்
சுதந்திரமாகு சாயங்காலம்.
தோட்டத்தில்
வாலசைக்கும் அணிற்குஞ்சிடமும்,
வானத்தில்

மஞ்சளிறைக்கும் சூரியனிடமும்,
ஸ்நேகமாயிரு,
இன்னும் கிளைத்து
இனிமை பரப்பு.
தனித்திரு!
தெருவோர விளக்குப்போல்.
உறவில்லாத் தனி நாய் போல்.
உனக்கு நீயே வெளிச்சம் சிந்து.
உன்னைச் சுருட்டி உறங்கிப்போ.

மதியம்

மௌனத்தின் நாணொடித்து
சப்தங்கள் சிதறிப் போகும் காற்று,
மெல்லத் தேய்ந்து,
மனத்தடியில் நசுங்கிக்
கனவுகள் முனகும்,
ஜீவித்திருத்தலின் பொருட்டே
ஜீவிதம் நித்ய நியதி.
வாசல் திட்டிலேறிய கொடியும்,
தூசி படர்ந்த சன்னல்களும்
நானிருக்கும் தீவின் நடுவில்,
நினைவோரக் கசப்புப் போல்
வெயில் சுருளும் வெளியே.
வீதி முடுக்கில் கிழநாயென்று
புரண்டு உடல் சொறியும்,
பின் உறங்கும் தொடர்ந்து.
இறந்த பிரியங்களின்
சுமைகள் கனக்கையிலேயே.
மீண்டும் நேயங்கள் முளைக்கும் அனிச்சையாய்,
சுவர் விளிம்பில்.

அலகு தீட்டும் தனிப்பட்சி போல் மனசு,
எதுவுமற்ற எதற்கோ
ஆயத்தமாகி.
மெதுவாய் பகல் நழுவும்
வெம்மையை விசிறிவிட்டு
தெருவமைதி குலையலாகும்.

*

முரண்

அறைக்குள்ளே இருள் மீறி
வெளுத்துத் தெரிகின்றன
சுவர்கள்.

ஜன்னலுக்கு அப்பால்
சுமையான மோனத்திலிருக்கின்றன
மரங்களும், ஆகாயமும்.

ஒரேயோர்
சோகை மேகத் தீற்றல் போல்,
பொய்மையும், இனிமையுமானது
இந்தத் தனிமை.

உறவுகளும்,
அவை சார்ந்த கனவுகளும்
கவனங்களின்றியே இயல்பாயின
அழுக்குக் கசகசக்கும்
ஆடைதான், உன் சோகங்கள்
மேல் தோலல்ல.

சூன்யங்கள் அலுத்த போது
தேடலென்னவோ வெட்கம்விட்டு

எங்கேனும் முடங்கிச் சார்ந்திருத்தல்.
மௌனங்களை உதறிப் பார்த்தால்,
உதிர்ந்தன சப்தங்கள் உற்சாகமாய்
இருந்தாலும் ரணம் நெருடித்
தன் வலி ரசித்தலும்,
வெறுஞ் சிந்தனையால்
மனம் குடைதலும் சுவாரஸ்யமாச்சு,
தோண்டிக் கிளறி
நிரவுதல் என்பது
தினசரி நிகழ்வாச்சு
உணர்வின் தளத்துக்கு,

அந்த மௌனங்கள்

அந்த மௌன இழைகள்
அறுந்திருக்கக் கூடாது.
ஒரு
இனிய உலாவலுக்குப் பின்னான
இருட்டறை அடைப்பாய்
மூச்சுத் திணறுது பேச்சு,
கனவான அமைதிகள்
தகிக்கும் நிஜங்களாய்,
உவமை தேடும் அலைச்சலாய்..
ஆன்மாவில் பின்னிய
அந்த அற்புத மௌனம்
பேசியிருக்கக் கூடாது.
முகமெல்லாம் முள் முளைத்து
'உன் எண்ணக் கருவூலம்
என்னிடமும் திரும்பாமல்
காற்றில் கலைந்தது.
சில நேசங்கள்
சிறை வைக்கத்தான்.
அந்த மௌனங்கள்
அடைகாக்கத்தான்.

*

பருவம்

தரைமீறித் தாவும் கால்கள்
வானுக்கும், மேகத்துக்கும்,
புதியதாய் கூடு நீங்கும்
குஞ்சைப் போல்
திரியும் காற்று வெளியில்,
தினமுமோர் லட்சியமுண்டு;
இலக்கிலாத் தேடலே பிடித்தம்
பொய்ச்சோகமும், தெளிந்த சிரிப்பும்
வரும்; போகும் மறுபடி
எதிர்ப்படும் முகங்கள் தோறும்
தன் பிம்பம் உணரும்
பிணைந்து கை அணைக்கும்
நட்பென்றும், நேயமென்றும்
அமையுமோர் பெருவட்டம்.
மழையூடே நனையும், சிலிர்க்கும்
சிறுகுருவிகள் போன்று.
மௌனத்தின் குளிரிடைவாழும்
கனவுகள் எரித்து;

உமா மகேஸ்வரி

காதலென்றும், கற்பனையென்றும்
அணிந்ததோ பொய்களாச்சு.
நேரிடும் முரண்களிலெல்லாம்
சிதறாமனம் கொள்ளும் போது
விதங்களாய் வடிவம் பூணும்
வாழ்க்கையேன் சலித்துப் போகும்?
எதுவும் ஒர் பொருட்டல்ல-
நன்மைகள் பிரித்து அருந்தி
கசடுகள் களையும் தீர்க்கம்
தொடருமாயின்.
சொந்தங்களின் பின்னல்,
சுமைகளின் முதுகு அழுந்தல்.
நிர்பந்தமாகும் எல்லாம்.
புகையூதி மறையும் ரயில் என
விட்டு நீங்கி விரையும் ஏதோ,
தானும் முடுக்கப்பட்டு
ஊர்தலாகும் இயநதிர மந்தையோடு
சுயங்களை இறுக்கியபடி.

முகங்கள்

இரவின் அழுத்தத்தில்
அலைந்து உள் பரவும்,
முகங்களின் சங்கீதம்
உற்றுக் கவனி தினமும்.
நிசப்தத்தின் சுவரிலெங்கும்
தொங்கும் முகங்கள் பிடிவாதமாய்.
பேருந்தின் ஜன்னல்களில்,
தெருதிணறும் நெரிசல்களில்,
வீட்டில், வெளியில்
நீளும் எதிரில்,
பார்வையில் வேர் கொண்டு,
கிளைத்துப் பரவி அசைந்திருக்கும் சதா-
உறவென்றும், பெயரின்றியும்.
நிஜமோ, பொய்யோ
நிதமும் நிறங்கள் மாறும்
இவற்றை நேசித்தலே இனிய காரியம்.
மனசின் பிரதிகளாயிருக்கும் இவை
மெல்லத் தடை கொண்டு

உமா மகேஸ்வரி

தனி உருவடைந்தன இன்று,
நினைவின் சரடுகளில் கோர்த்து
நெருடி உணர்.

சோகமெனிலும், சுகமெனிலும்
சும்மாயிரு சற்று.

முழங்கால்களுக்குள் முகம் புதைத்து
முகங்கள் வாசி
பின்னொரு நாள் உன் முகமும்
அன்னியமாகும் உனக்கே.

கண்ணாடி முன் குனிந்து
காயங்களைப் பார்வையிடு
நிதானமாய்
பிரயாசைகளுடன் முனைந்து
முன் வடிவம் தேடுதல் செய்.

கால்மாட்டில் கழற்றி வைத்து தூங்கிப் போ.
கனவெல்லாம் முகங்களின் முணு
முணுப்போடு.

*

மழை நாள்

வீடு முழுக்கத்
தயக்கமும், பயங்களும்
உலர்ந்து கொண்டிருந்தன
வானமோ
மிக லேசாய்த் தேம்பியபடி
கதவிடுக்கு வழி நுழைந்த சாரல்
கூடத்தின் முனையில்
புள்ளிகளிட்டுப் போனது
சத்தமின்றி,
ஈரச்சுவடுகள்
பதியும், மறையும் பாதையெங்கும்
ஒலிகளும், குளிரும்
உறங்கின உத்திரத்தில்.
அடைபட்ட கிளியொன்று
சிறு மூக்கால் சதாவருடி
சிநேகமாச்சு கூண்டோடு.
ஜன்னலுக்கு வெளியே மழை தெப்பத்தில்
ஊறிப் படபடக்கும்
உன்னுடைய கவிதை
*

உமா மகேஸ்வரி

காத்திருப்பு

ஜன்னல்கள் விரிந்திருந்தும்
நடுப்பகலில் எனது அறை
அக்கினிக் குளமாச்சு
மேலே பிடிவாதமாய்ச் சுழன்று
தணல் பூக்கள் வாரியிறைக்கும் மின்விசிறி
இடுப்பு வளைவீல் முகம் புதைத்து
இன்னும் உறங்கும் என் குழந்தை
வெளியே நிற்கும் மரங்கள்
வெப்பச் சிற்பங்களாய்,
சிறல்கொடிந்த பறவைகள் போல்
சிதறி இருக்கும் புத்தகங்கள் தரை எங்கும்.
கூடை முழுக்கத் திணிந்த குப்பையென
சுற்றிலும் மனிதருண்டு;
எனினும்
நினைவின் நீரோட்டத்தில்
மிதந்து வரும் ஒற்றைப் பூவாய்
உன் முகம் மட்டும் எப்பவும்,
ஞாபகச் சரத்தில் கோர்த்துக் கொண்டன
சம்பவப் பூக்களும், தங்கநிமிடங்களும்
நீ எப்போ வருவாய்?

*

மீண்டும்

என் சிறையுள் நீ
எறிந்த பூக்கள்,
கசங்கி உருமாறும்
கைக் கெட்டாமல்
மனமுதுகேறிய சுமைகளால்
வியர்த்து, வழிந்தன விழிகள்.
இருண்ட மௌனத்தின் சொற்கள்
இமைகள் மீறித்தெறித்து விழுந்தன.
ஈர ரகசியங்களாகக் கசிந்தது
அன்பின் பிரவாகம்.
கரைந்தழிந்ததாயிருந்த
சொப்பனங்கள்,
சுழன்று மேலெழும்பி
விஸ்வ ரூபம் கொண்டன.
வார்த்தை மீறிய உணர்வூடிய
புன்னகையோ, ஏதோ ஒன்றோ
நிரந்தரமாகும்
உதட்டிற்கு மட்டும்

நித்திரை தேடி... நீள நடக்கிறேன்

தூக்கம் தொலைத்து,
துக்கம் சுமந்து
இளைத்து இரைச்சலிட்டன இமைகள்
உயிருறிஞ்சக் காத்துக் கிடக்கும்
உறவுச் சிலந்திகளை உணராது,
பொய் இனிப்புண்டு
மரணவதை படும் மனப்பூச்சி.
யதார்த்தப் பாறையின்
உச்சிக் கூர்மையில்
சிறகுகள் சிதைந்து
செத்து மடியும்
கனவுப் பறவைகள்.
உள்ளே இருக்கும்
இருதயம் ஒதுக்கி
சட்டைப் பையை மட்டுமே
துழாவும் மானுடப் பார்வைகள்
விடாமல் அன்பு பூக்கும்
இந்த நந்தவனத்திற்கு

விவஸ்தையேயில்லை
சன்னலின்
இருட்டுச் சதுரத்தில்
ஒட்டிக் கொண்ட
நிலவுத் துணுக்கையும்,
தென்றல் விசிறியைத்
தொலைத்து விட்டுப்
புழுங்கித் தவிக்கும்
இராத்திரிப் பொழுதையும்,
நிலை தழுவி
தாழ்ப்பாள் அணைத்துக்
காவல் தவம் புரியும்
ஒற்றைக் கதவையும்
வருடி வருடித்
தூக்கம் நோற்கத்
தோற்கும் மனத்தறி.

பிரியம்

எனிந்தக் குருவியை
இன்னும் காணோம்?
எனக்கு மகா செல்லம் அது.
பழுப்புக் கலரில் அழுக்குக்குஞ்சு
சின்ன இறக்கைகளில் கறுப்புக் கோடு தெரியும்.
கண் மட்டும்
கண்ணாடிக் கல் மாதிரி
வெளிச்சத் துருதுருக்கும்.
உரிமையாய் கூடத்தின்
உள்ளே நுழைந்து நடக்கும்.
புத்தகம் ஒதுக்கி
அதையே கவனிக்கும் என்னை
அலட்சியப் படுத்தும்.
மாடி வெயிலில்,
வேட்டியில் காயும்
வடகத்தை அலகால் நெம்புதல்,
தோல் உறிக்காது
நெல்லை விழுங்குதல்,
துணிக் கொடியில் கால் பற்றிக்

காற்று வாங்குதல்,
அறைக்கண்ணாடியில்
தன்னைத் தானே
கொத்திக் கொள்ளுதல்-அதற்குப் பிடித்தம்
நான் இறைக்கும்
தானிய மணிகளை
அழகு பார்த்துத் தின்னும்
ரசனா வாதி,
ஏனிந்தக் குருவியை
இன்னும் காணோம்?
அது வரும் மாலை
மெதுவாய் நகருதே!
கீழ்வானப் பரப்பில்
கண் விசிறித் தேடினும் காணவில்லை.
எங்கு போச்சோ!
திடுமெனக் காதில்
தித்தித்தது அதன் கீச்சுக்குரல்.
ஜன்னல் பிளவில்
உன்னிப் பார்த்தால்,
அடுத்த வீட்டு முற்றத்தில்
இறைந்திருக்கும் தானியம் பொறுக்கி
அழகு பார்க்கும் என் குருவி;
என முகம் ஏறிடாது.
திருப்பிக் குனியும் விழிகளை.
*

உமா மகேஸ்வரி

மோனம்

மேகம் துடைத்து
வெறிச்சிடும் வானம்,
உள்ளங்கையில் முள்
தேக்கிய கள்ளியின்
நெஞ்சோ,
செம் பூப் பூக்கும்
இதய ஈரத்தில்
மறுபடி மறுபடி
சறுக்கி விழுந்தது
பார்வை.

வெளியே ஓசையின்றி
படபடக்கும் பட்டாம் பூச்சி.
உடல் வளைத்து குனிந்து
ஒற்றைத் தென்னை நீர் தொட முனையும்
தரையோடு சரஸம் பண்ணி
அதை மறக்கும்
அழுக்கு வாய்க்கால்
இமை விளிம்பில்

உப்பு ஒட்டடை தைக்கும்
எண்ணச் சிலந்தி.

சப்தக் கற்கள்
தடுக்குமோ, இடிக்குமோ ?
பேச்சுச் சகதி
வழுக்குமோ, கலைக்குமோ?
யோசனை வரப்பில்
கவனமாய்க் கால் பதிக்கும்
மனது.

*

நம்பிக்கை

என்றேனும் ஒரு நாள் காற்றடிக்கும்
எரிச்சல் விலகும்;
மரங்கள் மௌனம் கலைக்கும்.
சருகுகள் நொறுங்கி
குப்பைகள் துப்புரவாகும்.

பழுத்த இலைகள் இறக்க
எங்கெங்கும் புதுமை ஜனிக்கும்
தென்றலுக்காய் தவமிருந்த
கதவுகள் மோட்சம் பெறும்
ஜன்னல்கள் கரகோஷமிட
சப்த அலையடிக்கும்
உடலாக முனைந்த உடைகள்
உலரும். காற்று வரும் எப்போதேனும்.

கவிதைக் காகிதங்கள் இடம் மாறும்
அறையெல்லாம் வெளவாலாய்த் தொங்கிய
துணிகள் உயிர் வாங்கி நாட்டியமாடும்.
மறுபடி சுவாசங்கள் சுதந்திரம்பெறும்
என்றேனும் ஒருநாள் காற்றடிக்கும்.
*

மழையும், நானும்

ஓசைகளோய்ந்த பிற்பகலில்
உறங்கும் போது
ஜன்னல் வழி நுழைந்த
சாரலின் வெள்ளித் துளிகள்
என்னை எழுப்பின.
அஸ்பெஸ்டாஸ் கூரையில்
குழந்தைக் கூச்சலிட்டது மழை
வானத்தின் பாஷை போல்
தயங்கியும், தவித்தும்
இரைந்தும், இளகியும்
பேசிக் கொண்டிருந்தது.
தடைகளற்ற தோழமை
கோபம், உற்சாகம்
அழுகை, ஆனந்தம், இளமை வேகம்
என்றேதேதோ உணர்வுகள்
என்னுள் உரசிக் கொள்ளும்
மழைக்கென.
அதுவோ இதுவறியாது
அன்று பூத்த மலர்களுக்கு

உமா மகேஸ்வரி

அட்சதை போடும்.
மரங்களின்
பச்சைக் கொடியசைப் போற்று
தத்தி நடக்கும்
மாடித் தளத்தில்,

குடைகளின் கறுப்பு மறுப்பை
ஒதுக்கி ஓடும்.
தரையில் விழும்; உடையும்; மீண்டு
துள்ளும் தங்கக் கனவுகள் போல்.
வெயிலுடன் கண்ணாமூச்சியாடும்
வ்ந்தது போல் மறையும்,
வாசல் தெளித்து விட்டு,
தேங்கிய நீரில்
வண்ணங்கள் வரைந்து விட்டு,
ஒரு
பிள்ளைப் பிராய ஸ்நேகம் மாதிரி.

*

பயணம்

மனிதச் சுமைகளினால் அலுக்காது
சங்கீதம் பாடி ஓடும் பேருந்து சதா
சாணி பொறுக்கும் சிறுமியின்
சந்தோஷ முகம் என்னைத் தாழ்த்தும்.
தன்னையன்றி வேறென்றுமுணராது
சிறகுகளால் காது குடைந்து
நடக்கும் முதியவள்
வாழ்வின் லட்சியமே அதுதானென்று
குழந்தைக்கான நேசமுடன்
லாரியைக் குளிப்பாட்டும்
முகம் தெரியா மனிதன்
வயல் நுனியில்
மஞ்சள் பூக்களை
உதிர்க்கும் மரமும்,
நீலப் பூக்கள் நீட்டும் ஊமத்தையும்
இனிமைகள் சொல்லிச் சொல்லி
கழுவித் துடைத்த கண்ணாடிபோல்
துல்லியமாக்கும் இதயத்தை.

உமா மகேஸ்வரி

உழும் மாடுகளுக்காக
மண்டியிட்டு காத்திருக்கும் வண்டியும்,
சக்கரங்களின் தழுவல் வேண்டித்
தவித்துத் தனித்திருக்கும்
தண்ட வாளங்களும்
அன்பிற்கு ஏங்குவதாய்த் தெரியும்.
சின்னஞ்சிறு சிறைகள் போல்
வீடுகள் விழி மோதும்.
மரங்களை முந்திக் கொண்டு
என்னுடைய ஊர் இதென்று
மனசைச் சன்னலில் விட்டு
இறங்கும் உடம்பு மட்டும்.

வெறும் பொழுது

இந்தப் பூவைத் தொடுப்பது எப்படி?
சாந்தமானதொரு
பிரபஞ்சத்தைச்
சுமக்கின்றன ஒல்லித் தண்டுகள்.
இறுக்கி முடிச்சிட்டால்
காம்புகளின் கழுத்து முறியும்.
தளரப் பிணைத்தால்
மலர்கள் தரையில் நழுவும்.
வாசலில் மரணம் நிற்பதறிந்தும்
வருந்தாமல் சிரிக்கும்
இந்தப் பூவை
எப்படித் தொடுக்க நான் -
ஒருவேளை,
என் மனமே நூலாகும்
நுண்மையுற்றாலொழிய.

ஒளி

திரியை இழுத்து இறக்கி
முன்னேறும் அன்னியவிரல்கள்.
விளக்கின் அடியில் தீய்கிறது
தீர்ந்த எண்ணெய் நெடி.
காற்றின் ஊளை பெருகி,
திறந்த வாயுடன்
ஒளி விழுங்க வருகிறது ஆவேசமாக.
எத்தனை அலைச்சல்கள்;
இளைத்த துடிப்புகள்;
ஈர நசநசப்பு;
இருளின் தந்திரமான கருமை.
இருந்தும் உன்னை ஏற்றுவேன்
எப்படியாவது
என் குட்டிச்சுடரே!
உன் விழிமூடலில்
ஓய்ந்து மடியக்கூடும்,
என் வாழ்வின் கரைகள்.

உமா மகேஸ்வரி

தவம்

எப்பவும் போன்றே
இன்றைய இரவும்
வெப்பமாய்க் கவிந்து
அடை காக்கும் என்னை
பொருளிலாக் கருவொன்று
சுருளும், உயிர் கொள்ளும்
மனதின் ஓடுகளுக்குள்.
சிந்தனையின் சுடர் அலகு
குத்திப் பிளக்கையிலே,
எந்த அரும்போ இமை திறக்கும்.
இலக்கறியாத் தேடல்கள்
இழை பிரியும் உள்ளே.
வெளுத்திருக்கும் மனத்திரைக்குள்
வார்த்தைகளின் வர்ணங்கள்
வாரி இறையும்.
தூரிகையின் நீள் நுனியோ
தொலைந்த சித்திரத்தை
நிறங்களின் குவியலுக்குள்
துருவி அலையும்.
கற்பனையின் முதல் குரல்
காதுகளைத் தொடுமுன்னர்
இப்பொழுதும் விடிந்துவிடும்
இனியும் இரவு வரும்.

சன்னல் விளிம்பிலாடும்
ஒற்றைத்துளி
உதிரப் போகிற துக்கத்துடன்
விழிக்கடைக்குள் நிற்கிற கணம்
சத்தியமாகப் புலன்களைக்
கீறிக் கிழித்து
எறியும் குரூரமுள்ளது;
வறண்ட காலத்தையோ,
கொட்டுகிற மழையையோ,
அது பிம்பப்படுத்துவதில்லை.
இருந்தால் உலர்ந்து விடும்;
விழுந்தால் சிதறிவிடும்.
துளி ஈரமாயிருக்கிறது
என்பதன் ஆசுவாசம்
அற்புதமானது.
சொட்டென்றாலும் அது
மழையின் குட்டிதானே.
அது அழியப்போகிறது அல்லது
மழைக்குள் பொழியப்போகிறது
என நிச்சயித்தபடி
மழையற்ற வீட்டுக்குள்
தலை நுழைக்க வேண்டியிருக்கிறது
மறுபடி.

கனவு

எந்தப் பறவையுடையதோ தெரியவில்லை;
ஏழெட்டு நாளாய்த் தொங்குகிறது,
மூலை மரத்திலொரு கூடு.
தேர்ந்த கலைஞனின் செய்நேர்த்தியோடு
அழகுற முடையப்பட்டது.
வைக்கோல் படுக்கையும்,
உதிர்ந்த இறகுகள் சிலவும்
உண்டு அதிலே.
இலைகள் தொலைந்த காலத்திலும் தன்
மெலிந்த கைகளில் அதனை ஏந்தித்
தள்ளாடும் மரம்.
காற்றோ, மழையோ
பத்திரமாய் இருக்குதாவென்று
பதறிப் போய்ப் பார்த்தல்
பழக்கமாச்சு எனக்கு.
மகுடம் போன்றும்,
திருவோடு போன்றும்
மாறிமாறித் தோற்றமிட்டுக்
காத்திருக்கிறது அந்தக் கூடு-தன்
சொந்தப் பறவைக்கென

ஏதோ ஒரு பறவை

வாளிக் குப்பையைக் கொட்ட
வாசல் தாண்டியபோது
பறத்தலினின்று நழுவி
எருக்கஞ் செடியிலிருந்தது
பார்த்தேயிராத ஒரு பறவை.
விசிறிமடிப்புப் பாவாடை நலுங்காது
கொசுவியமர்ந்த சிறுமியின்
தோற்ற ஒழுங்கிலிருக்கும் சிறகுகள்.
அவை
நீலத்தோடு நிறங்கள் தோய்ந்த
மாலைவானை நறுக்கி வார்த்தவை.
உருளாத விழிகளோ
உயிரற்ற பகல் நட்சத்திரங்கள்.
ஏராள மரங்கள் தவிர்த்து எருக்கைத் தேர்ந்தது
ஏனோ தெரியவில்லை.
களைப்பின் சாயலில்லா
கம்பீர அலட்சியம்.
இறகுகள் கோதி
விரல் வழி பிரியஞ் செலுத்த
விருப்பூட்டும் என்னுள்.

உமா மகேஸ்வரி

ஆனாலதன் பாராமுகத்தால்
ஆதங்கம் சுடும்.
கையிலோ குப்பை கனக்கும்;
கதவு திறந்த வீட்டில் காரியங்களிருக்கும்;
ஓசையற்றுக் குப்பை சரித்தாலும்
உலுக்கிப் பறக்கும் அது;
ஒரு முறையேனும் குரலைக் காட்டாமல்
வண்ண அம்பு போல்,
வாய்க்காத கனவு போல்,
இன்னும் அனுபவித்திராத
இனிமையின் இறுதிவிளிம்புபோல்

*

எனது நதி

சிறுவயதில் பார்த்தபோது
அம்மாவின் புடவையென
அலையோடியிருந்தது.
செல்லமாய் வளைவுகளில்
சேர்த்தணைக்கும்;
வருடும் மெல்ல.
பள்ளங்களில் கால்பட்டால்
பதறிப் பாய்ந்து மிரட்டும்.
பருவ காலத்தில்
ஓரம் தைத்த தாவணிகளாய்
உருவம் மாறிக் கிடந்தது
துள்ளல் போர்த்தித் துவண்டு அடங்கி
சன்னமாய் மின்னும் ஜரிகை வரிகளோடு.
வேறு திசையில் எறிந்து
மாறுதலாக்கியது திருமணம்
திரும்பி வந்து தேடினால்
பிரிந்த நூலிழைகளாய்த்
திரிந்திருந்தது அதுவும்
அறுந்த
அடி நீரோட்டத்தோடு

பூத்தல்

சிறுமியில் ஆரம்பித்தபோது
'அதற்குள்ளேயா' என
அம்மாவின் பதற்றம்.
அடுத்தடுத்த மாதங்களில்
'இன்னும் வரவில்லையா?'
ஆணியறைந்து மாட்டப்பட்ட
நாட்காட்டி என் முகத்தில்.
மாமியாரின் ஆதங்கமோ
'இன்னும் வருதா' என.
தனியாய்ப் போனால் பிடிக்கும் முனி,
தலை குளியாதிருந்தால் அடையும் தேள்கள்
என்று நீளும் கதைகளில்
குத்திக் கோர்த்தெடுக்கப்பட்ட என் தினங்கள்.
காட்டுத்தீ மரமோ
பருவங்களைக் கவனியாது
பூத்துத் தள்ளுகிறது அதன் போக்கில்.
நான் நடமுடியாது
என் இஷ்டப்படி பூக்கும்
எந்த நாற்றையும் என்னுள்.

மஞ்சளில் ஆரம்பித்து
ஆரஞ்சில் ஆழ்ந்து
குருதிச் சிவப்பிற்கே திரும்புகிறது
உபயோகித்த சானிடரி நாப்கின்களைக்
கொளுத்திய தீ.

அது

வரும் எப்போதாவது
அது வரையில் காத்திருக்கலாம்
அது வருமென்று.
மூளை கசங்கியும்
தாள்கள் நிரம்பியும்
முழுதாவதில்லை.
மூடிய கதவுகளைப் பிறாண்டி
முனகும் சில சமயம்.
ஓடித் திறக்குமுன்னர்
உருவற்று மறையும்.
திறக்காத ஜன்னல்களில்
முறுகும் காற்றினலைகள்.
உடைபட்ட வடிவங்களை
ஒன்றுபடுத்தும் முயற்சியில்
நானிருக்கிறேன்.
எதிலும் பொருந்தாது
பிணங்கும் முனைகள்.
நொறுங்கித் தொலைந்த துகள்களை
சேகரிப்பது ஆகக்கூடுமா -
இதுதானென்று சலித்து விலகினால்

இல்லை இன்னும் வேறு என
என்னைத் தூண்டித்துன்புறுத்தும்.
எதுவுமின்றியே எல்லாமாயும்
இருக்கும் நிரந்தரமாய்.
வந்துவிடும் நிச்சயமாய்;
வரட்டும் தானாக

தினம்

சூரியன் வரும்;
சன்னலுக்குள் கைதியாக,
என்னுடைய ஆகாயமும்
இருவாட்சிப் பூக்களும்.
இரைச்சலுக்குள் எங்கோ
ஒளியும் சங்கீதம்.
கழுவிய பாத்திரப் பரப்பு.
திலகப் பிசகை
பிளந்த ஒரு நொடி
பிம்பமாக்கும்.
திரும்பத் திரும்பத்
துடைப்பினும்
விகாரச் சுவடுகளை
வெறுத்துச் சுமக்கும்
தரையும், சுயமும்.
மனமோ
துவைத்த புடவையெனவே
உணர்வின் நனைவில்,
சிலிர்க்கும் துவண்டு;
சூழல் வெம்மையில்
மறுபடி விறைத்து

இறுகிக் காயும்.
கரண்டி மோதலும்,
கடுகு பொரிதலும்
ராட்சஸ நிசப்தத்தில்
அடங்கும் மிரண்டு.
முறைக்கும்.
சுவர்களின்
முனையில் கொஞ்சம்
குழந்தைக் கிறுக்கல்களும்.
கடைசியாய்ப் படிகளேறி
கதவு திறந்ததும் -
காத்துச் சலித்த
மூர்க்கக் காதலோடு
முகத்தில் மோதும்
காற்று

*

மழலை

பேசவும் தெரியவில்லை;
பேசாமலும் முடியவில்லை.
துவக்கத்தில் இழுபடும் சொற்கள்
தொடர்ந்து தேய்வுறுகின்றன.
மனவலிகள் சொல்லலாமென்றால்
புலம்பல் என்றாகும்.
மகிழ்வைப் பகிர்ந்தாலோ
சுயதம்பட்டம்.
எனதெல்லாம் என்னோடு
எனும் இறுக்கம் விலகாது.
பொதுவாய் எதுவோவாயின்
புடவையா, நகையா.
இருந்திருந்து நீண்டால்
சமையல் கோலம்.
சலித்து நகர்ந்தால்
சரியான உம்மணாம் மூஞ்சி.
அவரவர் பேச்சிற்குப்பின்
அதனினும் பேசுகிற
அவரவர் மௌனங்கள்.
முக நெளிவுகளில்
முந்தித் தெரியும்.

உள்ளுறைந்த நிஜங்கள்.
இப்படியே எப்போதும்
அடித்தளம் துழாவி,
தனிமையில் ஊறிக் கிடக்கும்
உணர்வுகள்
விள்ளாமல் வெளிப்படும்
மழலையால் மட்டும்.

அவளும் நானும்

அடுப்படி ஜன்னல் வழி
அன்றாடக் காட்சியாகிறாள் அவள்.
இடுப்பிலும், தலையிலும்
குடங்கள்.
வயிற்றிலும் அருகிலும்
குழந்தைகள்.
வெடித்த பாதையூடே ஓர்
ஒடிந்த மேகம்போல்
மிதந்து நகர்கிறது அவளுருவம்.
பளிங்குச் சுவர்ப் பின்னணியில்
தெரியும் என்னை
பார்வையால் தடவியவாறே.
திட்டமிடாமலேயே நேர்ந்து விடும்
தினசரி எங்கள் சந்திப்பு.
அழுக்குப் பாத்திரங்களைக் கழுவுகையிலோ,
கழுவித் துடைக்கும்போதோ,
துடைத்ததில் மீண்டும் சமைக்கும் நேரத்திலோ.
உள்ளீடற்ற என் சோகங்களை,
ஒவ்வொரு முறையும்
உடைத்துப் போகிற அவள் தோற்றம்
வலியுண்டாக்குவதாயிருந்தாலும்

வசீகரமாயிருக்கிறது எதனாலோ.
நாளையும் அவள் நகர்வாள்
இப்படியே
புரியாத குற்றக் குமிழொன்றை
என்மீது நட்டுவிட்டு

பொய்கள்

சிறுசிறு பொய்கள் தேவை
சீரான விகிதத்தில் எப்பவும்.
நேரிடும் யாரையும் வேரோடு சாய்க்காத
மிருது குணத்தோடு.
எதிர்பாராச் சந்திப்புகளில்,
அதிராமல் அவகாசப் பொய்கள்
அழகாகப் புன்னகைக்கும்.
மனோரூப மோதல்களை
மறுதலித்து முகம் சுளியாது
நாசூக்குக் காட்டும் நாகரிகமாய்.
நெஞ்சு புழுங்கும்
நெருக்கத் திணிப்புகளை
நேசமென்று கற்பித்தலாகும்.
நிர்ப்பந்தமாகிய பொய்களால்.
உச்சரிப்பில் வெளிவராது,
உளப் பரப்பில் ஊறிக் கிடப்பினும்
உண்மையில் இவை பொய்கள்.
இலவசமாய் முகங்களில்
சொட்டும் பொய்களைத்
தலைமாட்டில் சேகரித்தால்
மறுபிரயோகத்திற்கும் ஆகக்கூடும்.

பூக்களிடமும் குழந்தைகளிடமும் தவிர
போகுமிடமெல்லாம் பொய்கள்
துரத்தித் தோளிலேறும்;
தொற்றித் தொடரும் விடாது

வெறும் பொழுது

வெளி வாசல் வழியே
சலித்த மதியம்.
சாக்கடை நீரருந்தும் குருவி.
உதிர்கிற மென்மையும்.
உடைபடாக் கடினமும்
விசித்திரமாய் முடைந்த மௌனம்.
திரும்பவும் நெஞ்சுறுத்தும்
விரும்பாத நினைவின்துரு.
குனிந்து நூல் உருவி
வளைத்துப் பின்னல்களைத்
தொடுக்கிறது ஊசி சிரத்தை பிசகாமல்.
உண்ணாமலையக்காவின் அங்கலாய்ப்பில்
ஆச்சியின் பெட்பான் அவஸ்தைகள்
முருகேஸ்வரிக்குப் பிறந்ததும் நெரிபட்ட
மூன்றாவது பெண் குழந்தை.
மீன்காரம்மாவின் மகள்
பதினான்கிலேயே தாலியறுத்த கதை.
அடுத்த தெரு வளைகாப்பு.
அம்மாவின் மூட்டுவலி;
என்றிவ்வாறு செய்திகள்
மிதந்து நெளியும் சூழ்ந்து.

பின்னல்கள் தொடரத் தொடர
உருண்டு சிறுத்துக்
'கரைந்து காணாமலாகும்
கம்பளி நூற்கண்டு.
இவையன்றி
காரணமற்ற உற்சாகத்தோடு
கருஞ்சாம்பல் அணிலொன்று
களித்துத் திரியும் தனித்து

சிலந்தி

எனக்குள் இருக்குமொரு சிலந்தி
எப்போதும் வலை பின்னியவாறே.
மனதின் இடுக்கில் இழைகள் விரித்துக்
காத்துக் கிடக்கும்.
நினையாத் தருணங்களில்,
எதிர்முகத்தில்
கொடுக்கைச் சுழற்றி
சொடுக்கும் வார்த்தை நஞ்சை.
சின்னஞ்சிறு கனவுகளையோ,
எண்ணற்ற விரல்களால்
நசுக்கி விழுங்கும்.
வெறுப்பென்றும் கோபமென்றும்
மறைகுணங்கள் மிகைத்து
குறுக்கும் நெடுக்கும் திரியும் ஊர்ந்து.
இரவின் அமைதிகளில்
விழி வழி நகர்ந்து
உலகைப் பார்க்கும்.
கண்ணாடிக் காகிதத்துள்
பொத்திய மலர் போன்று
அழகு காட்டும் சிலசமயம்.
விலக்கவே விருப்பமெனினும்,

பழகிப் பழகியே
பரிச்சயமாயிற்று தினமும்.
எதுவும் செய்யக்
கூடுவதில்லை என்னால்
என்னுள் இருக்கும்
இந்தச் சிலந்தியை.

*

கவிதை

தூங்கும்போதே
தொலைந்து போன கனவு
தொட்டித் தண்ணீரில்
துவண்டு மிதக்கும்
பறவை இறகு.
கருவேலம் புதரடியில்
இணை இழந்த
மஞ்சள் மைனா.
மருதாணிச் செடியில் மழை
கொட்டிப் போன
நட்சத்திரங்கள்.
சாரலின் ஈரம் தவிர்க்க
கதவோரம் ஒடுங்கிப் பின்
ஒதுங்கியோடிய நாய்.
கடல் நுனியலைகளென
முகச் சுருக்கம் தாங்கிய
முதுமை.
ஞாபகத்தழும்பில்
சந்தர்ப்பம் பார்த்து
மறுபடி வார்த்தைகளின் கூர்.
தரையில் படிந்து

விரைவில் மறையும்
சிறு பாதங்கள்.
சொற்களின் பின்னலில்
சிக்காது நழுவுமோர்
புரியா உணர்வு.
சன்னலோரம் காற்றின் முனகல்.
பேனாவோ முக்காடிட்டு.
எந்தக் கவிதையோ
எழுதப்படவில்லை இன்னும்

மரம்

விதை மீறி வெளிப்பட்ட
மரமொன்றை வளர்த்தேன் உனக்காக.
தீர்மானங்களற்றுத் திசை தாண்டி
விரியும் அதன் கிளைகள் சுதந்திரமாக.
பெறப் போவதன் திட்டங்களின்றி
தரும் இன்பம் கனிந்திருக்கும்
அந்த நிழலில்.
அது சொல்லும் எப்போதும்
ஆழ ஊன்றியும், ஒட்டாமல் உயர்ந்தும்
வாழ்வை வாழ்வது எப்படியென.
மறுபடி மலர உதிரும் பூக்கள்
மாறாத நம்புதல்களோடு.
ஒருமுறை கவனி அந்த மரத்தை
அது வெறும் மரமல்ல
என்பதையறியவாவது

வன்மம்

மறைத்தபடியே நடக்கிறோம்.
நம் குறுங்கத்தியை,
புன்னகைகளில்
மின்னிவிடாமல்,
உரையாடல்களில்
தீட்டிய விளிம்பு தெரியாமல்,
துரோகங்களில்
அதன் கூர்நுனி பீறிடாமல்,
சம்பிரதாய அணைப்புகளில்
உலோக ஓரம் பதியாமல்,
அவமதிப்புகளில்
அதன் ஆக்ரோஷம் குத்திட்டு எழாமல்,
அவரவர் கத்தியின் வன்மத்தை
அடி மனதில் நட்டு மூடுகிறோம்
நம்மையே அது கிழிக்கும் அபாயமறியாமல்

உமா மகேஸ்வரி

வெப்ப மயானத்தில்
விழுந்தது உயிர்த்துளி.
மழை நீண்டது.
வெறுமையைச் சுருட்டும்
வேக விரல்களாக.
உனக்கான தேடல்
குமிழியிடுகிறது எனக்குள்.
நீர்க்கொப்புளங்களாக
உருண்டு,
நிறக் கோளங்களாகத் திரண்டு,
வறண்ட சுவர்களில்
ஈரப் பாய்ச்சலிட்டு,
இருண்ட ஜன்னலில்
ஒளிச் சரங்களிறக்கி
பொங்கிப் பிரவகிக்கிறாய்
மழையாய் நீயும்.
நம் தூரம் குறுகும்
நேரம் நேர்ந்தது வானம் திறந்ததும்.
மூடிய இமையும்,
முடியாத கனவும்,
உன் பிம்பம் வருடியவாறே

*

மரங்களின் விசும்பல்;
விம்மும் காற்று.
உரத்து அழ முடிகிறது
பக்கத்து வீட்டுக் குழந்தையால்.
புதைந்த உணர்வுகளின்
புகைமூட்டமாக
மிதக்கும் மேக இருள்.
இளைப்பாறும் பறவைகள்போல்
இறக்கை கவிழ்ந்த புத்தகங்கள்.
இரவுக்குள்ளிருந்து
தன் குரலால்,
எதையோ உருவும்
ஒரு பறவை.
இன்னும் படிக்கிறது
மின் விசிறிக் காற்றில்
துடிக்கும் உன் கடிதத்தை
என் மருதாணித் தடம்.
பார்த்துத் தீராதவை
இருளின் பக்கங்கள்.
என்னை எழுதென்று
இன்றும் குமுறுகிறது
இரவு.

உமா மகேஸ்வரி

கடின இரவில் - தம்மைக்
காட்டிச் செதுக்க முயலும் மரங்கள்.
கனமற்றதாயினும் - காற்று
கனப்படுத்துவதாக.
திறக்கின்ற சன்னல்கள்,
திரும்ப
மூடுவதற்காக.
மாற்றிச் சொல்ல ஏனோ
மனமில்லை -
மூடுவதெல்லாம் திறக்கவென்று.
எழுதாத எதையும் எழுதாவிடினும்
எழுதாமை ஏற்பாயில்லை.
வெளிப்படுத்தவியலாக் கோபம்போல
வெடித்துச் சிதறின நட்சத்ரங்கள்.
உள்ளே ஒடுங்க முனைந்தாலும்
என்னை
வெளியே இழுத்து எறிந்தது
இரவு.

கலவரம்

திடுமெனத் திரிபற்றி வெடிக்கும் பதட்டம்.
பாதியில் நின்ற ரயிலிருந்து
தோழியை மீட்டு நடந்தேன்;
வயலடியில் இழைகிறது,
பள்ளியில்லாப் பிள்ளைகளின் சுதந்திரம்.
நகர்ந்து வீடுகளுக்குள்
புகுந்தன தெருக்கள்.
விழாப் போல கூடம் கூட,
உணவுமேஜைமீது நிறையும் பதார்த்தங்கள்
நெருடலேற்படுத்துகின்றன.
கொந்தளிக்கிற தொலைக்காட்சியை
உறிஞ்சுகிற விழிகள்.
எல்லோருக்கும் இருக்கிறது
வன்முறைகளைப் பார்வையிடுகிற
குரூர ரசனை.

மாறாத தினங்கள்

நட்சத்திரங்கள் கோர்த்த
மேகத்தின் ஒளிர்வுடன்,
அஞ்சறைப் பெட்டி வட்டத்தில்
என் வயதை இசைத்துக்
கொண்டிருந்தன பொழுதுகள்.
இரண்டே கோடுகளிருந்தன
என் சித்திரத்தில்.
கிளறிய பொரியல்கள்;
காய்ச்சிய பால்;
அநாதரவான தெருமுனைப் பைத்தியம்போல்
விசும்பிய குருவியைக்
குறித்து ஒன்றும் கூறவில்லை.
பனித்த சுவர்களோடு
விளக்குகள் விக்கி மினுங்க,
இந்த வீடு
என்னை அணைக்கிறது.
தவறுகளின் சேற்றை அஞ்சுகிறேன்
தூக்கத்தில் விமானமோட்டும்
குழந்தையின் கனவில்,
காதல் பின்னி நகரும்
சிறுமிகளின் கால் பாவாத நடையில்,

புழுதி அடர்கிறது.
காய்களை அரிகையில்,
கீறிய கை கசிகிறது.
தடுமாறும் நினைவைச் சுட்டி.
அளைகிறேன் தடைவிதிகளின் கருங்கற்களை.
அச்சுப் பிசகாத ஆண்களின் நிழல்கள்
நீள்கிற சுவர்களுக்குள்
நின்றுகொண்டிருக்கிறேன்,
மாறாத தினங்களின்
ஓரங்களை மடித்தபடி.

ஒரு கூரையின் கீழ்

ஒரே கூரைதான் மேலே.
இருப்பினும்
என் அறையில் நான்.
உங்கள் அறையில் நீங்கள்.
சிந்திய வார்த்தைகள் ஏனோ
உறவுக்குப் பாலமிடாது
இன்னும் சிறிது
இடைவெளியையே கூட்டின.
எப்போதும் தப்பாமல்
முரண் கொள்ளும் செயல்கள்.
ஆளுமையை நிலை நாட்டும்
உங்களுடையவை
எனதோ
அடிபணிதல் அவசியமில்லையென
எதிர்ப்புக் காட்டும்.
வெவ்வேறு அலைவரிசையில்
இயங்கும் எண்ணங்களோ
எட்டாத தொலைவுகளில்.
வெறுப்பும் பிரியமுமற்ற
வெற்று மனோபாவம்
சுருதி கூட்டிச் சதா

தனிமையை மீட்டும்.
இப்படியே
இழுபடுகிறது வாழ்க்கை.
உங்கள் அறையில் நீங்களும்
என்னுடையதில் நானும்.

*

தோசை

ஆண்டாண்டு காலமாக அளவு மாறாதது
தோசைகளின் விட்டம்.
விளிம்பு தாண்டாதது அவற்றின் வட்டம்
உலோகக் கடின அடித்தளத்தில்
ஊற்றப்பட்டாலும் அவை
ஒரு போதும் இழப்பதில்லை மென்மையை.
விரிவும் திருப்பமுமற்ற
வெற்றுச் சுழற்சி.
எதனோடும் இணைந்து போகும் சுயமின்மை.
இழப்பின் விழிப்பற்று
மூடிக்குள் புழுங்கி வேகும்.
உள்ளே வெந்தாலும்
வெளிக் காட்டாத புன்முறுவல் மேலே.
சுருட்டித் திருப்புகையில்
சோர்ந்த முனகலன்றி
வேறெதுவும் சொல்லாதவை.
நகர்த்தவில்லை அவற்றை,
நவீன வகைப்படுத்தல்கள்
நிஜமான சுதந்திரத்துள்.
வருடங்களால் வளர்ச்சியுறாது,

வடிவம் மாறாது தோசைகள்
வாழும் வாழ்தலற்று.
அம்மாவின், பாட்டியின்,
பாட்டியின் அம்மாவின்,
இன்னும் என்னுடைய தோசைகள்
ஆண்டாண்டு காலமாய் அப்படியே.

*

பூக்காத செடிகள்

ஏதாவது பேசு,
துவைக்காத சட்டை,
சுவைக்காத குழம்பு
இவற்றோடு இன்னும்
இலக்கியம், சினிமா என்றில்லாவிடினும்
இன்று கண்ட புதியமுகம்,
எதிர்பாராத
சம்பவம், வாகன
நகர்த்தலில்
வடிவழகு கெடாத கோலம்,
வந்து போன வியாபாரத் தந்திரம்,
பூக்காத செடியின் யோசனை,
புதிதான புத்தக வாசனை என்று
சொல்லேன் எதையாவது.
தினங்களின் கனத்தில்
நசுங்கிய ஞாபகங்களுக்கு
மூச்சுத் தா.
ஜன்னல் வெயிலின் பொன்தூசியையும்,
நீர்க்கிண்ணத்திலாடும் நிலவையும்,
அள்ள முனையும் எனை நோக்கி
முறுவல் செய்;

அல்லது முட்டாளென்று சொல்.
அடிவயிற்றுக் கருவின் அசைவை
அறிவிக்க உன் கை பற்றிப் பதித்தபோது
அவசரமாய் உதறிப் போனாயே,
அதற்கு வருத்தம் தெரிவி உடனடியாக.
அவிழ்த்து எறியுமுன்,
புடவையடுக்குள் புதைந்த பூக்களையாவது
ரசித்துக் கவனி.
அடுத்தமுறை எனை நீ
அழுத்தும் இரவுகளில்
வெளியிலசையும் தென்னையை
வெறிப்பதையாவது
விசாரி ஏன் என்று எப்போதாவது

ஒரு சிறு உலுக்கலில்
அந்தக் காகத்தை உதறிவிட
முடியும்; தெரியும் எருதிற்கு.
தோலில் அலகுபட்டுச் சிராய்க்கும்
சிறுவலியே அதன் விருப்பம்.
மேலும்,
வேதனையின் மாயைக்குள்
வீழ்ந்து கிடக்க விழைவும்.
உண்மையில் தன் நோவு
கழுத்தை அழுத்தும்
வண்டிக் கனம் தானென்றாலும்
குத்தும் அலகையே பழிசூட்டிக்
குனிந்திருக்கும் -
பெரிதைச் சிறிதால்
மறைக்கவோ, மறக்கவோ முனைந்து

என்னதான் நடந்து பார்த்தாலும்
என் ஆக்ரமிப்பு சின்னமூலைதான்.
ஒரேயொரு சிறகுச் சிமிட்டலில்
மாடிப்பரப்பின் அகலத்தை
அழித்துப் போகிறது அந்தச் சிட்டுக்குருவி.

சிறு தீப ஒளியால்
உருவங்களும், உணர்வுகளும்
சுவர் கொள்ளாமல்
பெரிதாகித் தெரிகின்றன.
மங்கிய பொருட்கள்
தங்களை ஸ்தாபிக்க
பலவீனமாகப் பாடுபடும்.
மூடிய அறை துளைத்து
நீண்ட உன் தீண்டுதல்கள்
என்னை வகிர்ந்து எறிய,
பழைய முத்தங்கள்
ஜன்னலில் நிழலாட,
தலையணைக்குள்ளே உறுத்தும்
பிசிரான பேச்சொலிகளோடு,
கட்டிலைச் சூழ்ந்து
கனவுகள் ஊர்ந்து சீறும்,
அச்சம் விட்ட தீவிரமாக.
கருமையின் மிருதுத் தாபத்தைக்
கத்தரித்து மீண்டது மின்சாரம்.

வெளிச்சம் பாவனைகளைக்
கோர்க்கிறது எப்போதும்.
வெளிச்சத்தில் வெவ்வேறாக
நிறம் கொள்கிற முகங்கள்
திகைப்பூட்டுகின்றன.
எதிர்முகத்தில் நானில்லையென்பது
கிழிபட்டுத் தெரிந்த ஆயாசத்தோடு
எதுவும் பேசமுடியவில்லை
நானற்ற இன்மையோடு.

கறை

எங்கிருந்து வந்ததென்று தெரியவில்லை
எனது ஆடையில் இந்தக் கறை.
முதல் பூப்பின் கருஞ் சிவப்பு.
முதல் புணர்வின் மஞ்சட் பழுப்பு.
உடைத்த மனங்களிலிருந்து பெருகும் சீழ்.
மலக்கிடங்குகள் சுத்திகரிப்போருடைய
விரல்களிலிருந்து தொற்றிய அழுக்கு மஞ்சள்.
மரண வீடுகளிலிருந்து படரும் சாம்பல்
பொறாமையின் பச்சை
வேட்கையின் ஊதா.
வெறுப்பின் விஷநீலம்.
தீய்ந்த கனவுகளின் நிரந்தரக் கறுப்பு.
நிர்ணயிக்க முடியாது நிறங்கள்
குழம்பும் அதிலே.
கழுவினால் போகாது;
உரித்தாலும் உதிராது;
ஒட்டியிருக்கும் எப்போதும் இந்தக் கறை
என் மேல்
படர்ந்து நெருக்கும் ஒரு பலவந்த உடலாக

சாயங்காலத்தின் பேச்சின்மையால்
மிகவும் வெறுமையுற்றிருந்தேன்;
எதிர் நீல மலை
ஏந்தியிருந்தது நிலவை.
நுகத்தடி சரிந்த வண்டிகள்
புரிந்திராது காளைகளின் களைப்பை.
அழிந்த கோலத்தின்மீது
அழுக்குச் சக்கரத் தடங்கள்.
என் புத்தகத்தின் கூடாரத்தில்
புகுந்துகொண்டேன்.
வாசிக்காத முகங்கள் பல
வாசல் கடக்கின்றன

இன்றும்...

சொல்லிக்கொள்ளாமலே விரைகிறாய்
இப்போதும் நம் வீட்டை விட்டு.
என் விழிகளின் மெல்லிருள்
உன் முதுகைத் தீண்டும் திராணியற்றது.
அவநம்பிக்கையின் கண்ணிகள்
காலையிறுக்க
அடுப்படிக்குள் நுழைகிறேன்.
தூக்குக் கயிற்றின் நீள் வட்டமெனத்
தொங்கும் நிராசைகள்
நீயறியாதவை.
நீ போகும் பொழுது
திரும்பாத உன் முகத்தைத்
தெருமுனையில் தழுவுகிறேன்
இன்றும் இந்த வழியனுப்புதல்
வண்டியைச் சாய்க்கும் பாரமாக
விழுகிறது என் கொழுத்த பகல் மீது

பகிராத புன்னகைகளின்
அழுகல் நாற்றம் மனக்கிடங்கில்.
புரியாமையைக் காட்டிலும்
கோரமாய் எழும்புகின்றன
தவறான புரிதல்களின்
தாண்ட முடியாத மதில்கள்.
உரசியெறிந்த உன் ஒற்றைச் சொல்லில்
பற்றியெரியும் பகல்களுக்குள் வசிக்கிறேன்.
நான்
சாய வாய்த்தது
சாம்பல் படுகைதான்;
மன்னித்துவிடு
என்னிடம் இல்லை நீ
நனைய விரும்புகிற நதிகள்

*

நழுவத் தவிக்கும் ஞாபகம்
ஆயினும்
கனவு விதைத்த பக்கங்களில்
பொதிந்திருக்கிறது
பொடிந்த மயிலிறகாய்.
உதாசீன மழை
உற்றுக் கவனிக்குமா
விளிம்பின் உறுதியில் ஒட்டிய
ஒற்றைத் துளியின்
நொடிச்சிதைவை

மரணம்

சுருக்கத்துக்குள் உடல் ஒடுங்க,
வெறுமை விரி மணலில்
அமர்ந்திருக்கும் முதியவளின்
காலடியில் சுருளும்,
வாழ்வை வாசிக்க
அச்சமாயிருக்கிறது.
குழிபறிக்கும் குளம்போசைகள்
கேட்கக் கேட்கவும்
திரும்பாது நிலைத்திருக்கிறாள்
அவள் தீர்க்கமாக.

*

என் கண்ணாடிக்குள்ளிருந்து
எட்டிப் பார்த்தது ஒரு புதிய நகரம்.
சிறகுள்ள மனிதர்களும்,
உறங்காத பறவைகளும்
வாழ்ந்தார்கள் அதிலே.
வாடாத பூக்கள்,
வற்றாத நதிகள்,
அறுபடாத மரங்கள்.
உவர்க்காத கடல்கள்.
தேவைகளும், திருட்டுகளும்
பசிகளும், ருசிகளும்
எதிர்பார்ப்புகளும், ஏமாற்றங்களும்
நாகரீக, அநாகரீகங்களுமில்லை.
காலங்களையழித்து நீளும் நாட்கள்.
பெண்களின் சிரிப்பொலி வேலைப்பளுவின்றி.
கணவர்களுக்கு மாறாக காதலர்களும்,
உபதேசிகளின்றி பாடகர்களும்,
அரசியல்வாதிகளின்றி வழிகாட்டிகளும்,
குழந்தைகளாகவேயிருக்கிற குழந்தைகளும்,
மாமியாராகயிராத மாமியார்களும்
ஆச்சர்யமேற்படுத்தினர்.

கதவுகளில்லாத வீடுகளில் ததும்பின
கட்டாயங்களற்ற பிரியங்கள்.
தேய்வுறாத சொற்கள்;
கனவுகளின் வாசனை.
அலை பரவும் நித்யத்துவத்தில்,
பிறப்பு இறப்பின் மர்மங்கற்று,
வரையறுக்கப்படாத மேகத்தன்மையோடி
வசித்தது அந்நகரம் என் கண்ணாடியுள்.
சென்றடைவதற்கான திசைகளையும்,
சிறைப்படுத்துவதற்கான சாதுர்யங்களையும்
நான் திட்டமிட்ட கணம்,
நகரம் உடைந்து நொறுங்கியது;
கண்ணாடியைக் காணவில்லை.

குளித்த கூந்தலை உலுக்கும் விதமாக
ஓரிரு தூறல்.
விலகி வெறுப்பாகிய மலைத் தொடர்கள்.
தென்படாத இந்தப்
பருவத்தின் வானவில்.
காலிக்குடமும்,
எரியும் முகமுமாகப்
போகிறாள் ஒருத்தி
வாசல் கடந்து.

*

இன்று காலை
கீறிய அந்தரங்கம்போல
வெடித்துக்கொண்டிருந்தது வெயில்.
அறியா ஆகாயமோ
நிறங்கள் தீற்றியது
சித்திரம் பழகும் சிறுவனாக.
உடல் உணரா அணைப்பு அதனுடையது.
ஊர்ந்த ஜன்னல் கதிர்களில்
உறைந்த நிமிடங்கள்
இளகத் தொடங்கின.
அலையிட்ட அமைதியைக்
கலைப்பதாயில்லை
உன் காய்ந்த புன்னகை.
உன்னில் முற்றுப்பெற்று
நேர்கொண்ட எல்லோருடனும்
தொடங்கித் தொடர்ந்ததொரு வதை.
அடங்கிய அறையின் மங்கலில்
அனைத்தும் மிதக்க,
அமிழ்ந்தேன் நான் மட்டும்...
எதையும் சொல்லாத
குளிர்ந்த கூழாங்கல்லாக

உடைந்த மனதை
மறைத்து மூடிய
உதட்டு நெளிப்பு
சிரிப்பென்று பெயர் சூடும்.
உன் அலட்சியங்களும், உதாசீனங்களும்
வயிற்றுக் குழந்தையின் உதைகள் போலத்தான்;
வலித்தாலும் வெறுப்பாகவில்லை.
நிராகரிப்புகளின் விழுதுகள்
நீண்டு இறுக்கும் என்னை,
பேக்கின்றி மூச்சடைக்கும்.
கட்டிலைச் சுற்றி உன்
தீண்டுதல்கள் நெளிய,
போர்வைக்குள் படமெடுத்து
உன் முத்தங்கள் என்னைக் கொத்த
ஊர்ந்து போகும் இரவுகள்
என் உயிரை அரித்து,
வெளித் தெரியாதிருந்தாலும்
வேரே நீ தான்.
வெட்டிவிட நினைத்தாயெனில்
வீழ்ந்துவிடக்கூடும் நான் நிரந்தரமாய்.
நிழலாய் உடன் வரவே விருப்பம்

நீயே மிதித்து நடந்தாலும்.
என்றாலும் உணராது
கண்ணுக்குத் தெரியாத
கனற்குழிக்குள்
எனைப் புதைத்துப் போகிறாய்

கார்த்திகை மழை வரைந்த நீர்த்தாரைகள்
கறுப்பு ஜன்னல் மேல் விளிம்பில் தொடர்ந்து
உருளும்; உடையும்.
ஒன்றிலிருந்து ஒன்று பிரியும் வரிசையாக
வாழ்தலின்
வலியும், சுகமும்
அழகும், அவலமும்
ஒட்டுதலும், ஒவ்வாமையும்
ஒருசேர இருக்கும் ஒவ்வொன்றிலும்
கனத்த கண்ணாடித் திரை தாண்டிக்
காண்பதல்லால் கைக்கொள்ள இயலாது.
எனக்குள் இட்டு இமைமூடி வைக்கிறேனிதை
என்றைக்குமாய் இருக்கட்டுமென.

*

மழையின்
உடைந்த துயரம்போல் தோன்றும்
சிறு தேக்கங்களில்
வர்ணங்களின் இசை நெளிகிறது.
கீழே இறங்கி
ஓடிப் பார்க்குமுன்
நீரை விட்டுவிட்டு
நின்று போகிறது இசை மட்டும்.

நொடிகளைத் தீட்டிய நம் உறவு
வண்ணங்களை முழங்கி வரைந்தது.
ஓய்ந்த நேரம் நீ பின்னலிட
நினைவை நீவி, இழைகள் கொடுத்தேன்.
சிதறிய நிறங்கள் தாமே கூடிச்
சித்திரத்தைப் பூர்த்தியாக்கின.
நம் விலகலிலும்
மலைகள் மௌனமாயிருந்தன.
காற்றில் பூவிதழ்கள் மிதந்தன.
நிசப்தத்தை அறுத்தது
நிலமிறங்காப் பறவையின் கீதம்.
ஆயாசமுடன் நுழைந்தபோது
வீட்டின் குரூரம் விரிந்தது.
என்னை ஈர்த்து
உறிஞ்சியது அறை வெறியோடு.
அடைபட்ட குதிரையின்
சுவர்ச் சித்திரத்திலிருந்து
இறங்கின குளம்போசைகள்

*

முட்கள்

மோகத்தின் சுழலில்
மோதித் தெறிக்கிறது
ஒரு துளி முத்தம்.
முற்றுப் பெற்றதாயிருந்த
தழுவல்களின் பிறழ்வு
பின்னும் நீடிக்கிறது.
குழிந்து கொண்டே போகிறது
அவாவின் ஆழம் தூரமாக.
துவளும் மனங்கள்;
போலி மயக்கம்;
ஆசையின் காடுகளில்
அலைகிறோம் திசையறியா
வழிப்போக்கர்களாக.
புன்னகைத்துப் புதைக்கிறேன்
கற்பனையின் முதல் விதையை.
மௌனம்.
நழுவும் இருள்.
கதவடியில் நொறுங்கும் நிழல்.
கடிகார வட்டத்திற்குள்ளாகவே
ஒன்றையொன்று தழுவத் தாவும் முட்கள்.

எப்போதும்
தேடிக்கொண்டே இருக்கிறேன்
இந்த வீட்டில்
ஏதாவது மாறியிருக்கிறதாவென்று.
காலையின்
அடுப்பின் நீலத் தழலாடலில்
உலகின் உக்கிரம் உணர்ந்தேன்;
ஒரு அரும்பின்
இளஞ்சிவப்புப் புள்ளியைக் கண்டதும்
வெளியில் ஒரு இசையைக் கேட்டேன்;
ஆனாலும்
படுக்கையை அடைந்ததும்
கழன்று உதிர்கிற
அந்த உக்கிரத்தை
அதே இசையை
உன்னுடன் பரிமாற
என்னால் முடியவில்லை

ஊதிப்பறத்திய
உமிக்கங்கு விண்மீன்கள்
ஒட்டியிருக்கின்றன சன்னலில்.
இரவு நிரம்பித் ததும்பும் வீடு.
திரவ மனவோட்டத்தை உறிஞ்சுகிறது,
அரவமின்மையின் பாலை.
மூடிய கதவுகளின்
மைய ஒளிக்கோடு
திறப்பின் கட்டியம் கூறுகிறது.
யுகங்களின் வெம்மையில் வெதும்பும்
அடுப்படியில் குடம் திறந்தால்
வற்றாத கனவுகளின் அலைகள்.
மேலொடுங்கி
கீழகன்ற
நீர் வளைவு
என்னைக் காட்டி
இன்னும் புதைக்கும்
எட்டாத பாதாளத்துக்குள்.

*

உமா மகேஸ்வரி

விடியலுக்குள் கிடக்கிறது
கரையாக்கல்லாக
இரவின் கருமை.
வெளிச்சத்தின் இழை
ஈனமாய்ப் பாய்கிறது
இருட்டினுள்ளும்.
சூரியச் சொட்டுக்களாய்
புதிர் விதையாய்த் தாரகைகள்
எதை விளைவிக்கவோ.
காண்பதையெல்லாம் சாப்பிட்டும்
கட்டுக்கடங்காத காயசண்டிகைப்பசி
கண் தெரியா மனதிற்கு.

கண்ணீர் பாய்ந்து
சொதசொதக்கும்
சகதிக்குள்
எதெதுவோ சிக்கி,
எடுக்க ஆகாது; கூடவும்கூடாது.
கழுவக் கழுவ
நழுவி விழும்
வெண்மை திகிலூட்டும்.
பாடும் பறவைகள்
விசாரங்களற்று -
மனப்பசிக்குத் தினையூட்டி.

*

எடுப்பாரற்ற தொலைபேசியொலி

நீயில்லாத அறைக்குள்
நிறையும் தொலைபேசியொலி
சொல்கிறது என்னிடம்
எதையெதையோ.
உன் இப்போதைய இன்மை
முற்போதைய இருப்பு.
மற்றும் நீ வந்ததும்
வார்க்கக் கூடிய
கொஞ்சல், கோபம்
அதட்டல், அன்பு
எல்லாவற்றினுள்ளும் அது
மெல்லூசி முனைபோல் நுழைந்து
கோர்த்தெடுத்துத் தருகிறது எனக்காக.
உன்சுவடுகளின்
ஒலி ரூபத்தை ஒப்படைக்கிறது என்னிடம்
மௌனத்தின் மரணத்தை,
விவாதத்தின் சூட்டை,
பகிர்வின் இதத்தை,
ஒருவேளை நீ ஒற்றப் போகும் முத்தத்தை,
ஒத்திபோடும் அதன் வெற்றுத் தேடல்
தருகிறது எப்படியோ ஒரு
அழகிய ஆசுவாசத்தை
*

மோன நிழல்கள்

சமையலறைச் சுவரில்
பளபளக்கும் பளிங்குக் கட்டங்களின்
பம்மாத்துக்கடியிலிருக்கின்றன
என் ஆசைகள்.
காலகாலமாயென்
காலங்கள் அரைபடும்
மிக்ஸியின் ஓலத்தில்.
உணவு மேஜையின் தூய வழுவழுப்பை
ஓடி உறுதிப்படுத்திக் கொள்ளும் விரல்கள்
ஒவ்வொரு நாளும்.
கிரைண்டரின் மையக் குழியை
மசித்தாடும்; குழவி
எதையோ பிம்பப்படுத்துவதாயெண்ணிப்
பதைத்து அகம் புதைத்தேன்.
பணிக்குக் கிளம்பும் பரபரப்பில்
முகம் சரித்த உன் முத்தச்சாயல்
விரவி நீட்சியுறும் என் இரவு வரை.
உன் உள்ளங்கையின் உறக்கத் தொய்வு;
அறையின் இருட் தளர்வு.
எட்டும் தூரம் தானெனினும்
ஒட்டாச்சுணக்கம்;

உமா மகேஸ்வரி

உள் அழைப்பால் உலுக்கியெழுந்து நீ
என்னை மடித்தெடுக்கையில்
கிறங்கிய ஓரக்கண்ணில்
இறங்கிய உப்புக்கோடுகள்,
ஒன்றும் சொல்வதில்லை
உன்னில் படிவதுமில்லை.

வலி

முணுமுணுவென்று ஆரம்பிக்கவுமே
முன் வராண்டா நிறைந்தது,
பிரசவத் தேவைக்கான உபகரணங்கள்.
'மெல்ல நட,
இந்த வலிக்கொண்ணும் ஆகாது இப்பவே'
அம்மாவின் அனுபவ உறுதி.
வேப்பிலை செருகிய கூந்தலோடு
வேண்டுதலற்ற பிரார்த்தனை பூஜையறையில்.
ஆஸ்பத்திரி மெத்தைக்கு முகம் சுளித்து
அம்மா கொணர்ந்த போர்வை பரப்பி...
படுக்காமல், உட்காராமல்
'நட, நட, நடந்துகொடு
வலி வரட்டும் பெரிதாக'
வரவர வலியை விடணுமாம் கீழ்நோக்கி.
வா, வலியே வருக
வந்தென்னை ஆட்கொண்டு.
அணைத்துப் பகிர்ந்து
அம்மாவென்றாக்கு.
பல் கடித்து, ஒலியெழுப்பாமல், நள்ளிரவில்,
ஆட்களற்ற அறையில்,
அம்மாவோடு வலியும், நானும்.

உமா மகேஸ்வரி

அம்மாவிற்காக
அழுத்தி அடக்குகிறேன் வேதனையை.
இடைவெளிகள் விட்டுவிட்டு,
என்னைத் தொடர்ந்து தொட்டு,
துளிகளாய் உளியிட்டுச் செதுக்கித்
திறந்த வலி,
மாபெரும் பிரளயமானதும் பிரிந்தேன்
அம்மாவையும்.
விறைத்த இரும்பு மேஜை அச்சுறுத்தும்.
"வலி வந்தும் தலை தெரியலை"
'மளமளவென்று தள்ளு தள்ளு'
உரத்த கூவல்,
உறக்கம் கெட்ட நர்ஸிடமிருந்து.
என்னைத் தீண்டித் தாண்டி
நானே வலியாகி, வழியானேன்.
முகம் காணத் தவிப்பாகி
குருதி கழுவி நீட்டியதும்
முதலில் ஆண்குறி கண்டு
'அப்பாடா' என்றபோது
உணர்ந்தேன்
மகிழ்வின் எல்லைவிட்டு
மறுகணம் ஏனோ
குறுகி அவமானமாய்.

முதல் மழைக்கு...

வெள்ளி வளையங்கள் வீசி விளையாடும்.
அந்தி தொட்டுப் புள்ளியிட்டு
அறியாக் கோலங்கள் விரியும்.
படிகளில் பளிங்கு நடனம்;
பாதையில் கண்ணாடிச் சித்திரம்.
செடிகளில் முத்துத் தோரணம்.
ஜன்னலில் மின்மினி வரிசை.
இன்னும் பிறக்காத சிசுத்துள்ளல்.
உள்ளங்கையில்
வடிந்தடங்கும் வானம்.
உச்சந்தலையில் பொழிந்திறங்கி
உடலழித்து, உயிர் திருத்தும்
முத்த ஆவேசம்.
சொர்க்கம் தொடும் என்னை
சொட்டுச் சொட்டாக
குளிர்விரல்கள் கூந்தல் கோதும்.
தாய்ப்பால்க் காலமும்,
தடுமாறும் மழலையும்
தந்தது மறுபடி
இந்த மழை

உமா மகேஸ்வரி

தத்தும் குருவியையும்,
துடிக்கும் வண்ணத்துப் பூச்சியையும்
துரத்திச் சிரிக்கிறது குழந்தை.
கீச்சொலியையும் வண்ணங்களையும்
விட்டு
அவை பறந்தபோதும்
தன் கைப்பிடிக்குள்
அவற்றைக் காண்கிறது
அது மட்டும்.

உடைந்தது கனவின் குமிழ்.
தையல் பட்டாம்பூச்சி.
மண் சிற்பக் குருவியின் பறவாமை.
சமையல் குறிப்புகள்.
உரையாடல் சாதுர்யங்கள்.
மெழுகு முகங்கள்.
பக்கவாட்டு முறைப்பு.
மடியில் படுக்கக் கெஞ்சிய புத்தகங்கள்.
உறங்கும் குழந்தையருகே புணர்ச்சி.
கடிகாரத்தின் பக்கத்தில் கால் கொலுசு.
சுவர்களின் மௌனம்.
பெருக்குமாற்றில் சிக்கும் பறவை இறகு.
மலையடிவாரத்தில் மட்டும் தூறுகிறது மழை.

பெயர்

சவங்கள் புதைந்த கல்லறைகளின்
காய்ந்த இடுக்குகளில் இருந்து
கசிகின்றன பெயர்கள்.
உடல் உடைத்த உயிரும், உணர்வும்
பிரமைகொண்டு திரிகின்றன
தன் பெயர் தேடி.
என் பெயரின்றியே
என்னை நான்
நிறுவ முடிந்தால் நல்லது.
ஒரு மரம்போல்,
பூப்போல்,
காற்றுப்போல்,
பறவைபோல்,
நானில்லாத இடத்தில்
என்னை ஏற்படுத்தும்
என் பெயர் அலறும்
அதுவேதான் நானென்று.
என் பெயரின் அழைப்பில்
முளைக்கும் ஏராளம் தலைகள்
கலவரப்படுத்திக் கலைத்தழிக்கும்
பெயரே நானில்லையென.

எனக்கும் என் பெயருக்குமான
தொலைதூர இடைவெளிகளில்
நொறுங்கிய சுயத்தின்
ஒற்றைத் துண்டமாய்
உலவும் என் பெயர் தன்னைப் பொருத்த .

ஒன்றுமில்லை, நான் தீர்ந்தேன்;
கிடக்கட்டும் இந்தப் பிரச்னைகள்.
உறங்க வேண்டும் நான்.
உரத்த பேச்சு;
முடிவற்ற விவாதங்கள்;
அலுத்த ஆலோசனைகள்;
நைந்து விழுந்தது இந்நாள்.
நடமாட்டங்களற்ற நதியொன்றின் கரையில்
என்னை இனியாவது
தனியாகத் தூங்கவிடு.
வெல்வெட் மெத்தைகளில்,
விரிகின்ற வலைகளில்
வியர்த்துச் சிறு பூச்சியானேன்.
பயணத்தின் திசை
தெரியப் பிரியமில்லை.
இறப்பின் வரப்புகளில்
இன்றும் காத்திருந்த நம்பிக்கை
நகர்ந்து போவதை
நடுங்கிப் பார்க்கிறேன்.
கேள்விகளை, சிக்கல்களை
தீராத குழப்பங்களைப்

பொட்டலமாக்கி
எடுத்துப் போ உன்னோடு.
நதிக்கரையில் புதர் மடியில்
நான்மட்டும் தனியாகத்
தூங்கவிடு

நதியின் மீது
நடித்துக்கொண்டிருக்கிறது சாரல்.
புரிதலின் முதல் பிழையை
அன்றாடம்
கூட்டிக் கூட்டிப் பெருக்குகிறோம்
குதர்க்கத்தோடு.
உறைந்த மலை
உற்றுக் கவனிக்கிறது
நம் பதற்றங்களையும்.
பாவனைகளையும்,
சாக்கடைத் தேக்கத்தில்
யார் பார்க்கவோ
ததும்புகிறது ஒரு
தங்க வானவில் துண்டு.

என் மென்மைகளை
ஊற்றி விடுகிறேன் ஒவ்வொரு நாளும்
செம்பருத்தியின் வேருக்கு.
உருட்டி வைக்கிற எனது
நட்புணர்வில்
அலகு பதிக்கும் காகம்
உன்னைக் கண்டதேயில்லை.
நமதில்லாத குழந்தைகளைத் தழுவும்போதுதான்
தளிர்க்கிறது என் தாய்மை நிபந்தனைகளின்றி.
நள்ளிரவில்
நட்சத்திரங்கள் தேங்கிய மாடித்தளம்,
என் பாதம் வழி ஊடுருவிப்
பகிரும் கிளர்ச்சிகளை.
ஒவ்வொரு மழையின்போதும்
இளகிப் பொழிவித்திட முடிகிறது என்னையும்.
மோகங்கள், தாபங்கள்
முற்றுப்பெறாத சஞ்சலங்கள்
மற்றும் நீ தொடவொண்ணாத
தூய்மையின் ஆழங்களோடு.
சாறுகள் பிழிபட்ட
வெற்றுச் சக்கையின் கிடப்பே
உன் கட்டிலுக்கு என்றுணர்கையில்
அடைகிறேன் உனை வென்ற உவகையை
நீ அறியவியலா ஒற்றை ரகசியமாக

உமா மகேஸ்வரி

நனைத்துப் பிழிந்த இருளுக்குள்
நட்சத்திரச் சொட்டுக்கள்
நிறையத் தொடங்குகையில்
சுலபமாய் இறங்குகிறேன்
ஞாபகங்களுக்குள்.
என்னைத் துருவி எடுக்கிறது
உன் தோள்களின் அசைவு.
என் தேகம் கிளறும் ஓரப் பார்வைகள்
கண்ணீரின் அடிக்கசிவோடு
திடமான உன் உடலுள்
நைந்து புதைகிறேன் திரும்பவும்.
மழையிரவு கலைந்த பிறகு,
காம்பு சிவந்த பவளமல்லிகள்
கவலையற்றுக் கிடக்கின்றன
வாசல் தரையில்.

அலைச்சல்

ஞாபகத்தின் நைந்த அத்தியாயங்கள்
சரசரக்கும் உலர் இரவு.
நிசப்தத்தைக் கொறிக்கும் கௌளி.
இளகி உருகும் தேய்நிலா.
பொங்கும் ஜன்னல் திரைகள்.
சொட்டிக் கலைக்கக்கூடியதான
போலி மயக்கத்தோடிருக்கும் நம் புணர்ச்சி.
அறை மூலையில் சுருளும் ஆடைகள்.
உடல் மையத்தின் ஓர் இளநீலக் கனவு.
தொடல்களின் விளிம்பில்,
தொங்கும் சங்கடங்களில்
கோர்த்தும் நழுவும் சருகு முத்தங்கள்.
என் முந்தானையில்
மூள்கிற நெருப்பு
நீ மூட்டியதல்ல.
மங்கிய வானத்தின் ஓரம்
ஒட்டியிருக்கும் நட்சத்திரம்
அறியுமா நம் அலைவுகளை.
மௌனமாக விசாரிக்கலாம்-
தலையணையின் கறுப்பு மலர்களை,
மூடிய அடுப்படிக் கதவை,

உமா மகேஸ்வரி

பவள விளிம்புள்ள மேகத்தை.
என் தீண்டலைத் தேக்கிய
டிசம்பர் பூக்களுக்குள்
இருக்கிறதாவெனத் தேடலாம்
நம் வாழ்வின் மகரந்தம்

*

தொட்டி மண்ணிற்குள்
இட்ட விதையின் மௌனம்
கூட வருகிறது என்னோடு.
சமையலறையின் வெம்மையில்,
குளியலறையின் அவசர நிர்வாணத்தில்,
படுக்கையறையின் புழுக்க மோகத்தில்,
அலைகிறது அதன் அமைதி
என்னுடன்.
தன் வீர்யத்தால்
என் பசுமை தழைக்கட்டுமென்று.

நெருடல்

மறுபடி என்னை உணர்கிறேன்
கழுவப்பட வேண்டிய
கழிவறைக் கோப்பையாக.

இப்போதும்
நம் சுவர்களுக்குள் சுழன்றடிக்கிறது
ரத்தத் துகள்களின் சூறாவளி.
அலம்பி ஓய்வதில்லை
ரத்தம் படிந்த வாசல்களை.

அடுப்படிக் குடங்களுக்குள்ளிருந்து
எழும்பி அசைகின்றன
நடனக் கால்கள், கவிதை விரல்கள்
சங்கீதக் குரல்கள், சித்திரச் சிற்றிதயம்.

எதை உருவாக்கினோம்.
எதை அழித்தோம், தெரியவில்லை
என்னையும், உன்னையும்
ஓரத்தில் கிழித்தெடுத்து ஒட்டி.

கட்டிலில் தொடுக்கிற
முத்தச் சரங்களில்
ரத்த வாசனை குமைகிறது

ரத்த நிழல் பட்ட
கண்ணீர்த் துளிகள்
குன்றிமணியாகி உருள்கின்றன.

ஒருவேளை அழிக்க முடியும் இந்த
ரத்தச் சுவடுகளை -
பெண் கருச் சிதைத்த
கத்தி நுனியின் நெருடலை என்
கருப்பையிலிருந்து அகற்றமுடிந்தால்.

உமா மகேஸ்வரி

நீ செத்துப் போனாய்;
ஒருநாள் முழுவதும்
தெருவே உன்னைப் பேசியது.
உன் இல்லறப் பிரச்னைகள்,
உன் பிழைப்பை நீயே பார்த்திருந்த
சுயசம்பாத்யம், உன் உத்யோகம்,
பாதி வளர்ந்த உன்
வயிற்றுக் குழந்தை
ஆளுக்கொன்றாய்ப் பேசி
அடைந்தார்கள் அவரவர் வீட்டுள்.
வாழ்தலைக் காட்டிலும்
சாவதற்கானவையா உன்னுடைய காரணங்கள்.
உன்னைக் கொளுத்திக்கொண்ட
வேதனையினும்
சகிக்கவியலாமலிருந்ததா உன் வாழ்க்கை.
உயிரிருக்க உன் உடல் வெந்ததை
எங்ஙனம் பொறுத்தாய்?
வலி தாங்கி வாழவும்,
வலியற்றுச் சாகவும்
ஆகவில்லை உனக்கு.

நிறம், அழகு, நீண்ட கூந்தல்
எல்லாம் பொசுங்கும் குரூரத்தை

நிகழ்த்த இயன்றது எப்படி?
புன்னகைக்கும் குழந்தைகள்,
நழுவிய நிலாச்சிதறல்,
அக்னி நட்சத்திர மழை
என்று ஒன்றேனும்
உனக்கு உணர்த்தியிருக்கலாம்
உயிர்த்திருத்தலின் அருமையை.
சாதலின் மீதான காதல் நேரும்
அனைவருக்கும் அவ்வப்போது.
எனினும் அதை மீறி இறுக்கிய
வாழ்வின் வலிய சரடுகளிலிருந்து
சுலப விடுதலையடைந்தாய் நீ எப்படியோ.
பதிலற்ற கேள்விகளும்,
உருள்கின்ற கண்ணீரும்,
உடைபட்ட உறக்கமுமாக இந்த இரவில்
உன்னைச் சிந்திந்திருக்கிறேன்
நாம்
சந்திக்கக் கூடவில்லையேயென.

உமா மகேஸ்வரி

*

பல சமயங்களில் இது நிகழ்வதில்லை;
படி இறங்கி அறையடையாது
நிலவற்ற இரவில்
கிழிபட்ட காகிதமென்று
அலைந்தபடியிருக்கிறேன்.
தொலைவில் தவமுனியென
அமர்ந்திருக்கும் மலை.
பித்துற்ற பெண்ணாக
பிதற்றும் தென்னை.
காற்றைத் துரத்தித் தவிக்கிறது.
நட்சத்திரங்களைச் சிந்திய
பிச்சிச் செடி,
நாளைய பொழுதை அளைகிறது.
சிறிய மின் வட்டம்...
தொங்கும் கட்டிட முகப்புக்கள்.
ஓமச் செடியின்
மெத்தென்ற இலைகளை
முத்தமிடவேண்டும் விடிந்ததும்.
கொடுக்காப்புளி மரக்
கூட்டுக்குள்,
சிறுமுட்டைகள் மேல்

சிறகு சுற்றி,
விழித்திருந்த குருவியின்
மணிக் கண்கள்
எனை நம்பவில்லை.
போகவில்லையா எனக் கேட்ட
மேகத்தின் பெருமூச்சு
செவ்வோட்டுத் தளத்தில் அசைகிறது.
படிகள் நீள்கின்றன -
நெடுந்தூரமாக;
மிகக் களைப்பாக

மரணத்திற்கு...

உன் அருகாமை உணர்ந்தேன்
முதன்முறையாக.
நதி மிதக்கும் சிறு பூக்களென
உலகக் குரல்கள் உன்னில் சுழன்று.
என்மேல் விரிந்த உன் விரல்கள்
மெல்ல இறுகி, நெருக்கி என்னை
இன்பத்தில் பொடித்து,
இருட்டில் இசைத்தன.
உன் கடின உதடுகளின்
வலியும், மென்மையும்
கலந்த உறிஞ்சலில் என்
உயிர் இளகும்.
உறங்கும் குழந்தை விழித்துவிடாது
அணைத்துத் தூக்கும் அன்னையின் கவனத்தோடு
என்னைப் பெயர்த்தாய் இங்கிருந்து.
நினைவுகள், கனவுகள்
நிகழ்ச்சிகள், நெகிழ்ச்சிகள்
ஒவ்வொன்றாய் உருவி
என்னைக் கழுவினாய்.
என்மேல் கவிழ்ந்து, கலந்து
உணரா உயரங்களில் இருத்தி

எதிர்பாராக் கணத்தில்
உடைபட்ட உறவுபோல்
உதறி எறிந்தாய் மீண்டும் வாழ்வுக்குள்
மறுபடி உன் தீண்டலுக்கு என்னைக்
காத்திருக்கவிட்டு...

*

வயோதிகம் பற்றியெரியும் தலை.
காலக் கிறுக்கல்கள் ஓடும் தோல்.
பாலிதீன் பையாகத் தொய்ந்த உடல்.
அம்மியும், உரலும் ரேகையிட்ட விரல்கள்.
ஒன்றாலும் நிரம்பா வெறுமையில் விழிகள்
யாருமின்மையின் வெப்பம் சேரும் நடை.
எதனாலோ ஏற்படுத்தினாள்
அந்தப் பாட்டி எனக்குள்
'வாழு வாழ்க்கையை எனும் அவசரத்தையும்
வாழ ஆகுமா வாழ்க்கை என்ற அச்சத்தையும்'

*

எப்போது செத்திருக்கும்
என்னுடைய கவிதை
சுருக்க அலையோடும்
படுக்கை விரிப்பு
வாளிக்குள் மூச்சுத் திணறும்
அழுக்குத் துணிகள்
அவையும் வெளுப்பாகும்
வெயிலைத் துய்த்து.
பட்டுப்போல் மீண்டும்
கட்டில் மென்மையுறும்.
கண்ணாடியில் கைப்பதிவுகள்;
அஞ்சறைப் பெட்டியிலொரு
காய்ந்த ரோஜா;
பூத்தலறியா குரோட்டன்ஸ் இலைகள்
பொய் வர்ணம் காட்டிக்கொண்டு.
எந்நேரமும் இருந்ததே அக் கவிதை

நீருக்குள் சுவாசித்த கூழாங்கல்லாக
கடிதம் வராது காத்திருப்பை
நொறுக்கிய மதியம்.
விளிம்பு வரை சீறி

உமா மகேஸ்வரி

பாத்திரம் தாண்டாத பாலின் ஆத்திரம்.
நழுவிய சிறு சொல்லும்,
நாற்புறமும் கிழிபட்டு,
குரூர அர்த்தங்களின்
புனைவில் புண்ணாகும்.
புறக்கணிப்பின் நோவும்
தவிர்க்கவியலா இயலாமையும்
அச்சில் வராத எழுத்தின்
ஒச்சக் கோர்வை போன்றே.
அப்போது சவமாச்சோ
அந்தக் கவிதை ஒருவேளை

தூய்மை படிந்தும்,
இருக்கைகள் அடுக்கப்பட்டும்
குலைவுகள் அலைகிறது நம் வீட்டில்.
என்னுள் நீ துழாவும்
அந்த உருவற்ற ஒருவனை
பொருத்திப் பார்க்க முயன்றதில்லை
உன்னில் நான்.
இல்லை அவனை நான்
அழைக்கவோ,
அமைக்கவோ,
கண்டெடுக்கவோ.
அடுக்களை மூலையில்,
இசைவெளியின் கரைசலில்,
கோலக் கலைவில்
காலிடுகிறான் அவன் ஆனால்.
மூடிய கதவிடுக்கில்
அவனை நீ உறுத்துக்கொண்டிருக்கையில்
உன் மீது மிதக்கும்
எனது கண்களை
உதறி விடுகிறாய்.
அவனுக்கும், உனக்குமன்றி

உமா மகேஸ்வரி

விரியும் என் தொடைகளில்
நழுவும் விழைவுகள்
சிதிலமுறுவதைக் கவனி
சீராகத் திறந்த நம் ஜன்னல்கள் தாண்டி

துயரத்தின் கொடுக்குகளைப் போன்றே
நஞ்சேறியவை வெறுமையின் நகங்கள்.
நறுக்க, நறுக்க
அவை வளரும் அரக்க வேகத்தோடு.
ஆதி அந்தம் தொலைந்த
அனற்குகை நடையொத்த
வாழ்வில்
சிதறும் திகிலின் பொறிகள்.
கிழிபடும் என் உணர்வுகளை
வேடிக்கை பார்க்கிறேன்
வேறு யாரோபோல்.

*

கத்தரிக்கவே முடியாது
கூடக்கூடவே வரும் - என்
கற்பனைக் காதலனின் காலடிகளை.
அடுப்பு அணைந்த பிறகு
சமையலறை இருளுக்குள்ளிருந்து
எட்டிப் பார்க்கும் கற்றை ஜுவாலை அவன்.
கவிதையறிவானோ, இல்லையோ
கவிதைக் காகிதங்களைக் கிழிக்காதவன்.
பறவைக் காதல்களில்
சன்னல் பக்கமிருக்கும் ரசிகன்.
ஏயென்காமல் என்னை
என் பெயரால் அழைக்கின்றவன்.
கைக்குழந்தை கதறுமிரவுகளில்
விழிப்பான் என்னோடு.
அறியாப்பிழைகளில் அடுப்புமேடையில்
தள்ளி அடிப்பதில்லை.
மூச்சிளைக்கும் இரவுகளில் தடுமாறும் போது
முந்தியெழுந்து மாத்திரை தேடித்தருவான்.
பெண் கரு சிதைக்கும் கட்டளைகள்
அவனிடமில்லை.
இல்லை மாதாந்திரத் தேதியிலும்

விரல் சொடுக்கும் அழைப்பு.
மெத்தைப் பஞ்சுள் நெருடும் ஊவாமுட்கள்
வராது தவிர்க்கும் கலை வல்லுநன்.
தாலிக் கொடியைப் புறந்தள்ளி அவன்
தருகிற முத்தங்களை ரசிப்பதில்
எனக்கில்லை எந்தக் குற்ற உணர்வும்.

குழந்தைக்கால் நுனிகளென
ஆரம்ப மழைத்தடங்கள் - என்
கார்த்திகைக் கோலத்தில்;
நேர்த்திதான் பார்ப்பதற்கு
தீபங்களுக்குப் பதிலாக நீர்ச்சுடர்கள்.
வலுத்துப் பெருத்ததில்
வர்ணப் பொடிக் கரைசல்
திரவ வானவில்லாக.
நின்றதும் மறுபடி வரைதல்.
முடித்துத் திரும்புமுன்
வெடித்துச் சாடும் மழையின் ஆக்ரோஷம்.
கனவின் சிதைவைக்
கண்ணுற்றேன் இம்முறை.

உலரும் புடவையில் ஒரு கடல்.
உச்சி மலையில் சிக்கிக் கிழிந்த மேகம்.
செடி மடியில் துடிக்கின்ற பட்டாம் பூச்சி.
அலங்காரச்சாடியில் கூடு கட்டும் குளவி.
மலர்களைக் குலுக்கும் மழை.
சோர்ந்த நுகத்தடியின் ஓய்வில்
அசைபோடும் மாடுகள்.
கூழாங்கல்லில் பிள்ளைப் பிராயம்.
குடத்திற்குள் குமுறும் நதி.
பாலிதீன் பைகள் முணுமுணுக்கும்
பகல் வெளி.
வெற்று நோட்டின்
வெண்பக்கங்களில்
தீராப் பாலை.

*

உமா மகேஸ்வரி

விலக்க விரும்பும் நினைவு
எனினும்
குற்றம் தேங்கிய
ஈர்ப்பின் மறை பள்ளங்களில்
தேங்கி உறைகிறது

காலத்தின் அலட்சியங்களுக்குப்
பாகுபாடில்லை
கருவையும் மருவையும்
கரைத்துக் கடக்கும் அது
காரணங்களற்று

கல் தொங்கும் கழுத்தோடு
சுய பாரம் மீறி
நீந்தும் நேரம்.
சுழல்களும், அலைகளும்
சுருட்டும் உடலை.
நீரின் மொழி
மூர்க்கமாயிருக்கிறது.
விரியும் வான்பரப்பைத்
தேக்கிய நீர் வட்டம்
நீந்தச் சொல்கிறது
நீலம் நெஞ்சில் பரவும் வரை

முற்றிலும் இறுகி விட்டது இந்தக் கட்டில்
எனது பெயர் செயல்கள்,
நினைவுகள், லட்சியங்கள்,
எல்லாவற்றையும் நசுக்கியாயிற்று.
சக்கரங்களின் உருளல்
இங்கே திணறும் மூச்சு.
சன்னலுக்குள் என்னை அண்டாத
காற்றின் அலை
கருப்புக் கித்தானில்
தங்கப் பாம்பின் சீறல்.
மரக்கிண்ணத்தில் மறுகும் பேனாக்கள்.
போர்வைக்குள் சுருளும் குழந்தைகள்.
ஆந்தையின் கமறல் நெஞ்சை நெரிக்கும்.
தவிக்கும் சுவாச இழைகள் நழுவ,
இருளுக்குள்ளிருந்து குரைப்புகள் அரும்பும்.
விண்ட வேர்களைத் தெரியாத மரம்
காற்றில் திளைக்கும்.
இன்றைய திரைகளில்
இன்னும் துடிக்கும் வாழ்வு.

*

உமா மகேஸ்வரி

விரியும் நட்சத்திரத்தின்
பற்சக்கரத்திலிருந்து
நீண்டெனைத் தீண்டும்
மரணத்தின் குகைவாயில்

உடைந்த கனவின் பாதி.
மறுபடி ஞாபகச்சுவரில் நிழல்.
விழிகளில் ஆரஞ்சுச் சுடர்.
பயம் தவிர்ந்த சிட்டுக்குருவிகள்
கிளற அதிரும் கண்ணாடித் தளம்.
புதையும் பழைய தினம்.
நினைவின் விளிம்புகளில்
அயர்ந்த நிச்சலனம்.
அந்நேரம் நிலவு
பெரிய முற்றுப்புள்ளியாய் விரியும்.
மூடிய கீறல்கள் புன்னகைக்கும்.
மீதிக் கனவுகளில் மிருதங்க நடுங்கல்.
உப்புக் குடுவையின் ஈரிப்பு
உலரவே உலராமல்.
புழுங்கும்.வேர்கள் துளிர்க்கப்
பொழியப்போவதில்லை
எந்த மழையும்.

*

உமா மகேஸ்வரி

ஓரத்திலிருந்து மையத்திற்கு
நகர்ந்த விரல்களின் விசையில்,
கோடுகளின் மெல்லிய இழைகளை
நீட்டித்து,
விரிந்தது முற்றக்கோலம்.
வெளிக்குள் மிதக்கும்
வீட்டின் வாசல்
கோலங்களாலானது.
அறைகள்
எதையும் வரைய இடம்கொடாத
சுவர்களாலானவை.

கலையாத கோலங்கள்
பள்ளி மீளாத பிள்ளைகள்.
இறுகிய கதவுகளோடு,
இரவின் துணுக்காகவே
இருக்கிறது இந்தப் பகல்.
இடம் மாறிய நாற்காலிகள்
இருக்கட்டும் இப்படியே
இன்றேனும் உதிர்ந்த பூக்களைக்
குப்பையென்றொதுக்க வேண்டாம்
கசங்கிய படுக்கையிலே
கால்தடங்கள் குழந்தையுடையவை
கற்பனைகள் ஒட்டாமல் வழிந்து
உலர்ந்து விடுகின்றன உடனுக்குடனே
கண்ணாடி ஜன்னலை முத்தமிடுகிற
கருப்புப் பட்டாம்பூச்சி
திறப்பதற்குள் பறந்து போகிறது.
விரும்புதல், வெறுத்தலற்று
வெறும் பழக்கமாகிய தினச் செயல்களுக்கடியில்,
தேடுவது என்னவோ ஒன்று
தெரியவில்லை இருக்குதாவென்று.
நள்ளிரவில் முகக்கண்ணாடியிடம் விசாரித்தால்

உத்தரவாதமிடுகிறது,
ஒன்றிலும் நான் தொலையவில்லையென.
என்றாலும் என் தலையணையுள்
தகிக்கிற தீக்கோளம்
எங்கெறிந்தாலும் எனக்கே திரும்புகிறது
எரிக்காமல் கனன்றபடி.

வெளியே தொங்கும் இரவு
பகிர்தலின் சிகரத்தில்
வேண்டும் போலிருந்தது
உன் விரல்களின் பற்றுதல்.
எல்லைகளழிந்த ஏதோ நெகிழ்வில்
கற்பிக்கப்பட்ட மரபுகள்
கழன்று வீழ்ந்தன.
இருளுக்குள் நழுவவிட்டபோது
எல்லாத் தவறுகளும் தவறிப்போயின
இரவு விளக்கின் செம்மொட்டு
வெடித்துப் பரப்பிய
ரத்தநதிக்குள் செத்து மிதந்தேன்.
சூழ்ந்து நகரும்
உலர் சருகுகளில் உயிர் பெறுதலாகாது
காலுன்றியெழுந்தேன் உன்
கடித மடிப்பில்.
என் தனிமைக்குள் இறங்காது
தள்ளிப் பறக்கும் உனைப் பார்த்து
காணா உன் முகம் வரைந்தேன்
வெளிக்கருமை தொட்டு.

*

உமா மகேஸ்வரி

பிரசவம்

நாள் நெருங்குகிறது.
இரண்டாவதென்பதால்.
எவ்விதமென ஏற்கனவே தெரியும்.
என்றாலும் அதனாலேயே
அதிக பயம்.
அம்மாவின் சேகரிப்புகள்,
பழந்துணிகள், வென்னீர் பிளாஸ்க்
விரிப்புகள், சிறிய சட்டைகள்
இன்னும் பல அந்நாளுக்கென.
இனிய குழப்பங்கள்.
புரண்டு மேலெழும் ஆனந்த அதிர்வுகள்.
சின்னக் குல்லாய், என்ன பெயர் என
ஏதேதோ பின்னல்கள்.
வாராவாரம் மருத்துவப் பரிசோதனை
செத்து விடுவேனோ என
சில சமயம் கண்ணீர்.
கீழ் வயிற்றில் தலைதட்டி;
காலெங்கும் நரம்பு சுருண்டு,
எழ, உட்கார, உண்ண, உறங்க
எதுவும் சிரமம்.
முந்தானையிலிருந்து உதறினாற்போல்

ஒன்பதாம் பாட்டிக்கு.
அம்மாவுக்கு நாலும்
நகம் வெட்டும் வலிதானாம்.
"சும்மா புளுகு எல்லாம்
என்னைத் திடமாக்க"
என்றிருந்த வேளை
இன்று மாலை
கொல்லைப்புறச் சந்தில்
பிள்ளை முனகல்கள்.
கண் திறவாத பூனைக் குட்டிகள் மூன்று.

*

விடியலின் முதல் காட்சியாக
வேர் நறுக்குப்பட்ட
பப்பாளி மரத்தின் வீழ்ச்சி.
பிசிறான வேர்கள்
பிளக்கும் என் பகலை.
பள்ளிப் பிள்ளைக்கு
உணவு நேரம்.
பூட்டிய வீட்டின்முன்
நீட்டிய வறிய கையில்
வைப்பதற்கு ஒன்றுமில்லாதவளாய்
நானிருப்பது
வதைக்கும் என்னை.
தழைந்த புடவை மடிப்புக்குள்ளிருந்து
தாண்டியும், மறைந்தும்
மாறி மாறி
நீண்டுபோகும் என் பாதங்கள்
நீங்காமலும், நிமிராமலும்
ஒடிந்த காம்பிலொட்டித் தள்ளாடும்
கல்வாழையின் மஞ்சட் பூ.
கொட்டிக் கிடப்பதுவும்,
மொட்டில் தவிப்பதுவும்

பூத்ததையெல்லாம்
கோர்க்கக் கொடுத்தபடி
பார்க்கக் கிடைக்கவேண்டும்
நாளையேனும் மலர்விடல். .

சொல்லாதது

உரையாடல்களின் முற்றுப்புள்ளி
சுழன்று விரிகிறது; வளைகிறது
சொல்லாமற் போன ஏதோ ஒன்றின்
கேள்விக்குறியாக.
சொல்வதற்கான திட்டங்களோ,
சொல்லாதற்குரிய சகஜமின்மையோ
இல்லை நம்மிடையே.
இருந்தாலும்,
இரைச்சல்கள், நெரிசல்களிடையே
நசுங்கி, உப்பியபடியிருந்தது நாம்
பகிராத எதுவோ.
பிரிவில் கையசைத்த பின்பும்
தேடிக் கொள்கிறேன் என்னுள்
ஆடையில் ஒட்டிய உதிராத புல்லென
அது எதுவென்று.

நான் நுழைந்தபோது
உன் வீடு
நலுங்காத நீர்வண்ண ஓவியம் போலிருந்தது.
நம் தாகங்களில்
அதன் அடியிலோடிய நதி சிணுங்கியது.
அங்கிருந்த மரங்களை நாம்
அணுக முடியாதபடி
பதற்ற நிழல்கள் விரட்டின.
பூவாசனை கிளர்ந்த உனது அறையில்
ஒரேயொரு தீண்டலை
நான் முகரத் தவித்தேன்.
சிறு துரும்பாயிருக்கவும் முடியவில்லை
நம் அருகாமை
உன் வீட்டின் தியானம் கலைக்க.
ஆனாலும் நான் அறிவேன்
நான் போனதும்
உன் விழிகள் வருடக்கூடிய
சில தெரியாத தடங்களை

வெளியே உறுத்தலில்லாத
உன்னத அமைதி.
தெருவில் தனிமை அன்றி
யாரையும் காணோம்.
கவனிக்க எந்தப்
பறவையுமில்லை;
கனகாம்பரங்கள் இன்று
பூக்கவேயில்லை;
ஆகாயம் சிறிதும்
அசையவில்லை
வெயிலைப் பிளந்து வீச
காற்றுக்கோதுணிச்சலில்லை;
தேங்கிய நிசப்தத்தில்
ரயிலின் குரல் மட்டும்
கல்லெறிந்து ஓடும்.
தனக்கேயான நினைவுகளின்
இனிய கர்வத்தில்
இருந்தது மனம்.
பள்ளி விடும்;
பறவைகள் திரும்பும்;
மறுபடி ஓசைகள் நிறையும் உலகம்.
நழுவும் தோழமையென
தனிமை பிரியும் வழியின்றி,

விடுமுறைக்குப் பின்னான வீடு
விரிகிறது தனது
அலாதியான சிக்கல்களோடு
ஒரு மாபெரும் சிலந்தி வலையாக.
அதன் தற்காலிகமான கலகலப்பை,
மழலை கூடிய குரல்களை,
வேடிக்கை விளையாட்டுக்களை,
மிருதுவான களங்கமின்மையைத்
திணித்து எடுத்துப் போனார்கள்
பிள்ளைகள் தங்கள் பள்ளிப்பைகளில்.

ஸ்கூல் பஸ் நகர்கிறது
சிரிப்பொலிகளோடும்,
அழுகைத் துளிகளோடும், ஆடும் கைகளோடும்.

முடிக்கப்படாத குழந்தை ஓவியத்தின்
வர்ணங்கள் வாசற்படியில்
வடிந்திருக்கின்றன.

பாதாளத்துக்குள் இறங்கிவிட்ட
வீட்டின் தலையைப் பிளந்து,
என் தனிமையோடு
உள் நுழைகிறேன்.

உமா மகேஸ்வரி

என்னைப் பிய்த்துத் தின்னத்
தயாராகக் காத்திருக்கிறது,
அசையாத குரங்கு பொம்மையின்
ஒற்றைக் கை

பூக்களோடு இருந்தேன் இன்று.
என்னுள்
மூடிக்கிடந்தன அரும்புகள்
மூர்க்கமான இறுகலோடு.
மெல்லிதழ்ப் பூக்களின்
மிருது மடிப்பில்
உறக்கச் சிசுவின் நளினச் சலனம்.
சிறு மலர்வில் சிந்தும் புன்னகைகள்.
அகன்ற இதழ் வட்டத்தில்
அம்மாவின் இதம்.
ஆடும் நீள் மடலில்-உன்
ஆழ்ந்த பார்வைகள்.
எல்லாமும் காட்டியசைந்த அவை
எனை முந்தி வீட்டுக்குள் நுழைந்தன.
நாளை நான் செத்துப் போனால்
நீர் விடுவது யார் என் பூச்செடிகளுக்கு?
என் கேள்வியைக் கேலியாலழித்து,
அடுக்களை சன்னலூடே
அவை தெரிந்தன -
நிரந்தரத்தின், இன்மையின்
சின்னங்களாக

நிறுத்திக் கேட்கவோ
தொடர்ந்து பார்க்கவோ முடியவில்லை
அந்தப் பறவை செல்லுமிடத்தை.
தொலைவிலிருந்தாலும் என்னை நனைக்கிறது
நானறிந்த நதியின் ஈரம்

*

சமையலறை ஜன்னலில்
மஞ்சள் இறகொன்று ஒட்டியிருக்கிறது
கரிப்பிசுக்கிற்கு மாற்றாக.
குழந்தைக்கான உணவோடு நடக்கையில்
கூட வந்தன இரு குருவிகள்
கொத்த எதுவும்
தராத என்னோடு
கொஞ்சிப் பேசிக்கொண்டு.

அன்பில்லாத தூரத்தில்
தென்படும் உறவுகளோடு
அணுக்கம் கொள்ள முடியவில்லை.
என் குழந்தைத்தனங்கள்
மங்கு முன்பே
வந்து பிறந்தன
குழந்தைகள்.
போன்றே,
வயதாகுமுன்பே
வந்து சேருமாயிருக்கும்
வயோதிகக் களைப்பும்.

பதிலின்மையின் வெறுமையோ
வெயில் பொழுதோ
முடித்தது எனது ராகத்தை.
ஸ்பரிசத்தின் அபஸ்வரத்தைக்
கண்டுபிடித்த பிறகு
கரையோர நுரைகளில்
நனைந்தன அணைப்புக்கள்.
நினைவுகளைச் சல்லடையிட்டபின்
எஞ்சுவது எதுவுமில்லை.

மழையின் கண்ணாடி நொறுங்கியதும்
திறந்தது ஒரு புதிய நதி.
மேகம் நகர்ந்தது வற்றி.
ஒன்றுமில்லை என்றில்லாத
விழிகளற்ற ஓவியப் பெண்ணின்
வளைவுகள் ஒளிர்ந்தன.
நிறங்களின் குழைவு;
பிரிவின் கீறல்;
தொலைவிலிருந்து எழுந்த அண்மை;
அடிவானை அண்டும் சமுத்திர ஜொலிப்பு
நினைக்கத் தோன்றுகிறது
நிசப்தம் ஒருவித மரணமென்று.

அடி

நூற்றாண்டுகள் கண்ட
சாட்டைகள், சவுக்குகள்
ஈட்டிகள், கத்திகள்
எல்லாம் உண்டு அதில்; அடி.
உன் வலு காட்டும்
வழி மட்டுமன்று,
என் பலவீனத்தை அடிக்கோடிடும்
வகையுமாகும்; அடி.

மழுங்கிய உணர்வுகளை
மாற்றிக் கூராக்கும்;
எதிர்த்துக் குத்தவோ,
எதையேனும் தைக்கவோ.
எனவே, மீண்டும்...

தழும்புகள்
கண்ணீர் பெருக்கவென்பதோடு,
கலகம் துவக்கவும்
காரணமாகலாம்

உமா மகேஸ்வரி

தொடல்களை இனிமையற்றதாக்கும்
அடிகளாலான வலி.
நம் தூரம் நீட்டி
என்னை விடுவிக்கும் எதிலிருந்தாவது.
ஒருவேளை உன் மொழி
அதுவென்றால்
வேறெப்படிப் பேசுவாய் நீ?
ஆகவே, அடி.

நேற்று என்னுடையதாக இல்லை
என் சிதறிய அழுகை.
எனினும் நான் ஆராய்ந்தேன்
வேகமான உரையாடல்களில்
வெடித்து ஒரு கீறல்
உருவாகும் விதம் குறித்து.
கண்ணாடியில் போலவா,
காய்ந்த நிலத்தில் போலவா,
உலர்ந்த நதியில் போலவா...

இன்றைய காட்சி

நிராசைகள் கொப்புளிக்கும்
நம் படுக்கையில் நிகழ்த்துவோம் இன்றும்.
திரை நியமங்கள் விலகாத
எண்ணிக்கையில் வராத இன்றைய காட்சியை.
நீயே நிர்மாணித்த சுலபப்பாதையை
ராஜபாட்டையென்று கருதி
நிறுவிக் கொள்கிறாய் நீயாகவே
இறுதி நிறுத்தத்தை வெற்றிப் புள்ளியென்று.
அனுசரணைகள், பூசிமெழுகல்கள்
சம்பிரதாயங்கள், சமரசங்கள்
மூடிய புதைகுழிகளினூடாக
அடைய முடியாது நாம் என்றைக்குமே
ஆதிக்காதலின் வனத்தை.
புதர்கள் தாண்டிப் பூத்த அந்த
ஒரே ஒரு உச்சி மலரை.
செய்வதொன்றுமில்லை இனி.
திரும்பிய முதுகோடு உன் ஒரே நொடி உறக்கம்.
சில்லிடும் தரை.
ஒண்டிய சுவர்.
சுருண்ட பூனையாக என் உளைச்சல்கள்,
*

முத்தங்களின்றி புகையும் நம் உடல்களைப்
புணர்ச்சிக்கு நகர்த்தலாம்;
மூலைகளில் உறைந்த பல்லியின்
மேற்செதில்களைப்போல்
அருவருப்பூட்டுகின்றன
உள்ளூர இந்த பாவனைகள்.
கனவின் தளிரசையும் பள்ளத்தாக்குகள்.
பிரியத்தின் நுனியிலாடும் வெறிக்கூர்மை;
நனைந்த வானம் விலக்கிவரும் மெதுவெயில்;
பட்டாம்பூச்சியின் நிற நிழலாடும் தோட்டச்சுவர்
எல்லாவற்றிலும் ஒரு தகரத்தன்மை ஏறுகிறது
பகல் சரிகிறது மெல்ல

*

உமா மகேஸ்வரி

நீ உதைத்துத் திறந்த அறைக்கதவு
கதறுகிறது கல்லெறிபட்ட நாயாய்.

நெட்டித் தள்ளலில்
சிதறாமல் இதழ் விரிக்க
என்னால் இயலவில்லை.

இன்னும் விலகாத அன்னியத்தன்மையை
அகற்றும் வகைதெரியவில்லை
உன் விரல்களிலிருந்து.

தனித்த மனமிருக்கத்
தர முடியவில்லை என் வெறும் உடலை
தடுத்தலும், தயக்கமும் அற்று.

வலிமுற்றிப் பிரசவித்தபின்
மரத்த யோனிச் சதையில்
வலியற்று விழும் தையல்களாக
முறிகின்றன முனையற்ற சொற்கள்.

உருட்டித் திரட்டிய என்
கண்ணீரின் உப்பை
ஒப்படைத்தேன் நதியின் சுழலிடம்.
உவர்ப்பாகி விடுமோ ஆற்றுநீர் எனும்
அடிமன நடுக்கத்தை உதறி
தார்ச்சாலை இளகலில் நடந்தேன்.
நதி மேவிய வாசல்.
சாவியை முந்தி வெள்ளத்தால்
திறந்தன கதவுகள்

சமையலறை ஜாடியில்
என் உறைந்த கண்ணீரைக்
குவித்திருந்தது நதி உப்பாக.
ஒரேயொரு அலை மட்டும்
அடுப்பின் ஜுவாலைக்குள்
அணையாது ஓடியது.

*

உமா மகேஸ்வரி

சிறகு

பறவைகளைப் பார்க்க முடியும்
பறக்கையில்,
கிளையிலாடியபடி,
அலகால் தரை அளைந்து கொண்டு,
காதலும் பாடலும் இசைத்து...

காண்கிறேன் பறவைகளை
சில சமயம்
வலைப்பட்டுத்
திருகிய கழுத்தோடும்,

*

புல்

விருட்சங்கள்
விரிந்து கிளைக்க,
கொடிகள்
பந்தலைப் பற்றிப் படர,
புதர்கள்
போக்கின்றி அடர,
மிதிபடுகிறது; நசுங்குகிறது;
நீரற்று வாடுகிறது;
எனினும் எழுதுகிறது
பசுமையின் வரியைத்
தனியாக
ஒற்றைப் புல்,

வரும் பொழுது

மேகம் கருத்திருக்கிறது.
மழை வருமென்று
சொல்லிவிட்டேன் தெரியாத்தனமாய்.
குழந்தை கேட்கிறாள்
'எப்போது மழைவரும்?'
அங்கே கிளம்பினால்
இங்கே வந்து விடுமென்று
சமாளித்தேன். அடுத்த வினா
'எப்போது அங்கே கிளம்பும்?'
'வரும்பொழுது வரட்டும்' என
மழுப்பி நகர முனைகையில்
குறுக்கிடும் மற்றொன்று.
'வரும்போது எப்போ வரும்?'
'வரும்பொழுது, வரும்போது
தானே வருமென்றால்
அவளுக்குப் புரியவில்லை.
ஒருவேளை எப்படியோ
புரிந்ததோ என்னவோ.
விளையாட்டெல்லாம் துறந்து,
வாசல் வரைவில் தேய்படும் கன்னத்தோடு

வரும் பொழுதிற்காக அவள்
காத்துக்கிடப்பது
என்னை வருத்துகிறது ஏதோ மாதிரியாய்.
நானும் அவளோடு
நின்று காத்திருத்தலின்றி
தெரியவில்லை வழியொன்றும்.

மரங்கள் தூறலைத்
துளிர்த்துக்கொண்டிருந்தன.
மழை விரைவாய்ப் பயணித்து ஓடியது.
பாடிக் கமறிய தொண்டையை
நனைக்கும்படியாய் உணர்ந்தேன்
நான் பருகிய பானத்தின் வெதுவெதுப்பை.
வீதியின் மூலைகளில்
வெருண்ட மனிதர்களைக்
கேலி செய்த சாரல்
மாதக் கசிவின் நிம்மதியோடு
செம்மண்ணைக் கிளறி ஊறியது,
வீடு திறந்ததும்
விலகும் அலைகளைக்
கைப்பற்ற இயலாதவளானேன்.
நரம்புகள் துடித்துப் பிறகு
நடு இதயத்தில்
நட்சத்திரங்களைக் கொட்டின.
அடுத்த அடி எதுவென
அறியாது நடக்கையில்
அறுந்துபோன இசை நாடாவின் லயத்தை
அடைத்த அறைக்குள்
கேட்டதும் உணர்ந்தேன் -
பாடலின் அற்புதம் பாதி மழையினதென.

எட்டியிருக்கச் சொல்லும்
'எச்சரிக்கை துள்ளுகிறது.
உன் வார்த்தைகளில்.
நிலையற்றாடும் நேசிப்பின்
பாலத் தொங்கலில்,
கூசும் பாதங்களோடு
குறுகி நடந்து
வருகிறேன் உனை நோக்கி.
முன்னேறும் நடையெனினும்
பின்னகர்கிறது இன்னும் பாலம்.
என் அறைச் சுவரில்
இருப்பின் கருமை தேய்ந்து,
படரத் தொடங்கிவிட்டதொரு
பைத்தியக் காதலின்
மென்சிவப்பு நிறம்
நான் பதறப் பதற.

*

வான் விளிம்பிலிருக்கிற நட்சத்திரம்
நடுங்கிச் சொல்கிறது,
நான் கேட்டிராதவொரு புதிய கதையை,
உறைந்த இருளைக்
கோதிய அதன் இறகு
ஒளிர்ந்தடங்குகிறது.
இரவின் எச்சம்
நழுவி விழுகிறது அதன் மேல்
ஒரு நாளின் தொப்புள் கொடிபோல்.

அடிமண்ணின் குழைவோடு
பொதிந்து கிடக்கிறது என் காதல்
கவனியாது நீ கடந்தும்
விரிகிறது வேர்.
வெம்மையில் நிலம் கமற
முட்டுகிறது முளை.
முத்தங்களில், மூடிய தழுவல்களில்
உன்னை
உறுத்தி நீளும் அது.
வெளிச் சூட்டில்
உருகாத உறுதியோடு
தளிர் நடனம்
உன் வருடலுக்கென்று.

இற்றுப்போன
மரத் தடுப்புக்களிடையே
பொடிந்து விழும்
வீணான பூச்சருகுகள்.
தூர்ந்த கிணறெனத்
துவண்ட அறை.
தவிப்பின் அலைகள் எங்கும்.
வேதனையின் கொடி படர
மின்னிய ஆகாயம்.
இன்று வெடிக்கும்
கரிய பூகம்பத்தில்
உறங்கும் ஒரு நனைந்த சித்திரம்.

நிஜங்களின் நீள்சுமையிருக்கிறது
இந்த நிமிடத்தின் கீழே.
தொலையாத புன்னகைகளைக் காப்பாற்றி
இலக்கின்றி உடன் வந்த தேவதைகள்
எப்போது கட்புலனாகுமோ?

ரமாவுக்கு...

நோயின் அலைகளுக்குள்
உருக்குலையும் உன் தோற்றம்.
இளமையின் கேலிச்சித்திரமாக
இருந்தது அது.
தாய்மை படிந்த நினைவு
உருகிக் கிடந்தது அதிலே.
கதறிக் கதறி
அறியா இறப்பின் தீண்டலை
உதற முனையும் உன் உடல்.
கண்ணீரைக் கிளர்த்தும்
நோவின் முனைகள்
இன்னும் கூர்மையுறுகின்றன.
என் மடியில் நொறுங்கியிருக்கிறது
உன் நொய்ந்த உயிர்.

உயிரறுக்கும் வாள்களாக
மின் விசிறியின் இறக்கைகளை
உணர்ந்து அலறுகிறாய்.
விரைவாய் இறுகிக் கடினமடைகிறது
வாழ்தலுக்கான உன் விழைவு.
ஒளி வெடித்த திடலாகயிருக்கிறது
காலை வானம்.
அறைக்குள் வடிகிற நம் தனிமைகளில்
உன் மனதில் தைத்த
துரு ஆணிகளை உதிரக்கசிவுடன்
தோண்டியெடுக்கிறாய் -
இறுதிப்புள்ளியை உணர்ந்த
இயலாமையோடு.

*

தடுக்க முடியாததாயிருக்கிறது எல்லாமும்;
யூகங்களை மட்டுமே ஆதாரமாக்கி
அளிக்கப்படும் சிகிச்சைகள்;
உடலை வெற்றுக் காகிதமாக்கி
எழுதப்படுகிற மருத்துவக் குறிப்புகள்;
நரம்பு ஊசிகளின் அவசரப் பிடுங்கலில்
பீறிடும் ரத்தம்;
தலைமாட்டில் காத்திருந்து
எதிர்பாராத் தருணத்தில்
தழுவும் மரணம்.
தடுக்க முடியவில்லை எதையும்.

ஒரேயொரு கண்ணீர்த்துளி.
உனையது அண்டாமல்
அடக்கி வைத்தேன்.
கசிந்த மலம் ஒட்டிய உன்
உள்ளாடைகளை மாற்றி,
சளிக்கறை பட்ட
படுக்கை விரிப்புகளை
அவசரமாக அகற்றி,
நோய்ச்சாயலை உன்
முகத்தினின்றும் துடைத்து,
விபூதியிட்டு,
விறைக்கத் துவங்கிய
உன் பாதங்களை
ஊன்ற வைக்க முயன்றேன்
பூமியில் நம்பிக்கையோடு.
நாம் பார்க்காமல்
ஜன்னலிடுக்கில் பதுங்கியிருந்த
அந்த விஷத்துளி
உன் இறுதித் துடிப்பில் தெறித்துப்
பெருக,
தத்தளிக்கிறது என் அறை அதிலே
என்றென்றைக்குமாக.

*

உன் அச்சத்தைப் போக்கவென்று
மூடியாயிற்று பால்கனிக் கதவை.
சாத்திய ஜன்னல்களின் இடுக்கைக்
காகித மடிப்புகளால் அடைத்துவிட்டேன்.
நடுங்கும் உன் பாதங்களைப்
போர்வைக்குள் பொதிந்தேன்.
காதுகளைப் பஞ்சால் அடைக்கச் சொன்னாய்.
மென் இருள் நிறைந்த அறையில்
என்னோடு இருந்தாய்,
எல்லாவற்றையும் மறைத்துக் காக்கவென்று.
அப்படியும்,
எந்தப் பாதையில்,
எந்தக் கதவில்,
எந்த இடைவெளியில்,
எப்படி நுழைந்து
உன்னை அள்ளிப் போனது அது ?

*

நீண்ட வாலுடைய
நட்சத்திரம் ஒன்று
உட்கார்ந்திருந்தது நெடுநேரமாக,
நமது அறை மூலையில்
உன்னை உற்றுப் பார்த்தபடியே.
வான் விட்டு வருமா நட்சத்திரம் என
அலட்சியப்படுத்தினேன் அதை.
என் சிறிய உள்ளங்கைகளுக்குள்
உன்னை பத்திரப்படுத்தப்
பரிதவித்தேன்.
நான் கண்ணயர்ந்த கணத்தில்
உன்னைச் சுருட்டித்
தூக்கிப்போனது அந்த நட்சத்திரம் -
எரிகிற வெறும் கட்டிலை மட்டும்
எனக்குள் விட்டுவிட்டு.

*

இறந்த தங்கையின் வாழ்த்தட்டைகள்
இறக்கவேயில்லை தேதியிடப்படாததால்.
அவற்றிலிருந்து பறக்கின்றன
உயிருள்ள பட்சிகள்;
சிரிக்கின்றன பூக்கள்;
குழந்தைகளின் ஓவிய உதடுகளில்
இருக்கிறது அவள் இடாத முத்தம்.

சடலம் எரிந்த பிறகும்,
இமைத்திரையில் அசையும்
அவள் முகத் தோற்றங்களில்
படியவில்லை சாம்பல்.

ஒன்றுமில்லை;
என்றைக்குமான எங்கள்
பாண்டியாட்டத்தில்
பழக் கட்டத்தில் முதலில்
விழுந்து விட்டது
அவள் ஓட்டாஞ்சில்.
தாண்ட வேண்டியிருக்கிறது
நான் தனியே
இன்னும் நீள்கிற
என்னுடைய கட்டங்களை.
*

உமா மகேஸ்வரி

மரணத்தின் தினத்தில்
மாபெரும் சிதறல்களோடு
குலைகின்றன நிமிடங்கள்,
ஒரு சிதறலைச்
சீர்ப்படுத்தி நேராக்குவதற்குள்
வெடிக்கிறது மற்றொன்று.
மயங்கித் தெறித்த உணர்வுகள்
உலுக்கி எழுப்புகின்றன
உறக்கமோவென சடலத்தை.
மற்றொரு நாள்
விரைந்து வருவேன் நானும்
கருமை நிறையும் அந்த
நிரந்தர வெற்றிடத்திற்கு.
அந்திப் பறவைகளின்
புலம்பல்களைப்போல்
அடைந்து பெருகும் நம்
குழந்தைமையின் கூடுகளை
அரவணைத்தபடி.

பிள்ளைப் பிராயத்தில் நாங்கள்
உருட்டி விளையாடிய
சிறு கூழாங்கற்கள்;
பல்லாங்குழியின்
நிரம்பாத வெண்கலப் பள்ளங்களிலிருந்து
கிளம்பும் சோழிகளின் நடனம்.
தொடுகிறேன்; வருடுகிறேன்.
பரணின் நடுவே
சத்தமின்றி வைத்துவிட்டு இறங்கினேன்
குளிர்ந்த விரல்களோடு.
சாவின் அந்தகாரத்தில்
இருக்கின்றன அவை
ஒளிரும் புன்னகையோடு.

உமா மகேஸ்வரி

பிரிவு

நம்
மழலை பதிந்த ஒலிநாடாக்கள்
அழிபடவேயில்லை
சிறுமிப் பிராயத்தின் கூடாரங்கள்
திறந்தேயிருக்கின்றன.
மரச்செப்புகளில் வேகிற சாதம்.
ஆடுகுதிரையில் என் முதுகைக்
கட்டிக்கொண்டிருக்கும் நீ.
மரணச் சுவடுகளை அனுமதிக்காது
நம் குழந்தைமையின் வெளி
அழிவல்ல உன் இறப்பில் நேர்ந்தது
அணுகிவிடக் கூடியதான
சிறு தொலைவும் பிரிவும்.

மரண வீட்டிலிருந்து
எதுவும் ஒட்டுவதில்லை
பிள்ளைகள்மீது.
கீறியெழும் அழுகுரல்கள் பழகிப்போய்
உயிரற்ற தாயின் தலைமாட்டில் உட்கார்ந்து
பிஸ்கெட் தின்கிறாள் மகள்.

*

தாயின்மை

சிறு பாவாடைக்குள்
தன்னை ஒடுக்கும் புதிய பய்யத்தை
அகற்றத் தெரியவில்லை அவளுக்கு.
குறுமுடியைத் தானே கோதிச் சீராக்குகையில்
அவள் புருவங்கள்
அம்மாவில் செருகிக்கொள்கின்றன.
பொம்மைத் தோழியோடான அவள் பேச்சில்
மரணம் தீற்றியிருக்கக் கூடாதேயென அஞ்சுகிறேள்.
அதட்டல்களற்ற, அதிஜாக்கிரதையான
அன்பின் அதீதங்களில்
அவள் அடிமுகம் சுளிக்கிறது.
வாய் விட்டழுதால் வாரியணைக்கச்
சூழவும் கரங்களிருந்தும்,
சுருங்கிய இருளில்
தீக் கம்பியென இறங்கும்
அவளது ரகசியக் கண்ணீர்,
அறுக்கிறது என்னை.
தடைகளற்று வீடெங்கும் பரவும்
தாய்மைகளில் கரைவுறாது
விறைத்துக் குத்திட்டு
ஓங்கி வளர்கிறது
அவளது தாயின்மை.

(மதுமிதாவிற்கு)

படையல்

வீடு முழுக்க அப்பியிருக்கும்
இழப்பின் உலர்ந்த துயரம்.
பொருளற்ற சொற்கள்
உருள்கின்றன நிற்க மாட்டாமல்.
மௌனமாய்க் கலங்கும்
யாரும் யாருடனும் இல்லை.
சமாதானங்கள்
ஜலதாரையில் வழிகின்றன கறுப்பாக.
மகள் இறந்த முப்பதாம் நாளில்
தலைக்குச் சாயமிட்டுக்கொண்டிருக்கும் அப்பாவைக்
கல்லெறிந்து கொல்லவேண்டும் என்றிருக்கிறது.
உனக்குப் பிடிக்குமேயென்று
ஜாதிமல்லியை முழம் போட்டு வாங்கும் அம்மா.
உனக்குப் பிடிக்குமே, உனக்குப் பிடிக்குமே...
ஊதா நிறப் பட்டு;
பருப்பு ரசம்; பட்டாணிப் பொரியல்;
பால் கொழுக்கட்டை;
கப்பங்கிழங்கு; கருவாட்டுக் குழம்பு;
இலையிலேறுகிறது ஒவ்வொன்றாகப்
படையலென்று.
பூச்சரத்தைக் கோர்த்து

உமா மகேஸ்வரி

மாலையிட முனையும்
அம்மாவைத் தடுத்து,
திருப்பி வைக்கிறேன் உன் நிழற்படத்தை
அது நீயில்லையென்று.

*

அதே நதிதான்;
நீயும், நானும்,
உனது எனது குழந்தைகளும்,
ஆடிய அதே நதிதான்;
ஓடிக்கொண்டிருக்கிறது
உன் உடலின் தகனத்தை
வேடிக்கை பார்த்தபடி.

*

தொடக்கத்தில் ஒரு சிறு
சுவடைக் கண்டேன்;
அது எந்தப் பாதத்தினுடையதென்று
அனுமானிக்க முடியவில்லை.
பார்த்துக்கொண்டிருக்கும்போதே அது
பல்லாயிரம் பெருந்தடங்களாக விரிந்தது.
அறையெங்கும் இது ஒரு
விபரீத நுழைவாகிறது.
தரையில் நிழல்கள் கிளைவிடுவது
ஒரு தீராத விசித்திரம்.
இந்தச் சமயங்களின்
மாயத் தடங்களை
நாம் துடைக்கவே முடியாது.
எங்கு சென்றாலும் அவை நம்மை
மௌனமாய்த் தொடர்கின்றன
திடமான திசைஞானத்தோடு.
எந்த இடத்திலும்
அவை சோர்வதில்லை;
இளைப்பாற விலகுவதுமில்லை.
எப்படியும் நம்மைப்
புதைக்கவென்றே அவை

ஆழங் கொள்கின்றன
ரகசியமான தீர்மானத்தோடு.
நகரும்போது
நம் பாதங்களை இழுப்பதையறியலாம்
அந்தச் சுவடுகளின்
ஈரமற்ற கைகள்.

இப்போது அறுந்துவிடும்
இந்தத் தொலைபேசி உரையாடல்.
நடுங்கும் பிரியங்களோடு நான்.
அலையிட்ட ஜன்னலூடே தெரியும்
சுமையற்ற பறவையின் மிதப்பு
உன் பேச்சின் இறுதிச் சொல்
உதிர இருக்கையில்
விரைவாகப் பகலின்
கடைசி ரகசியத்திற்குள்
அமிழ்கிறது அந்தக் கரிய மலர்.
குடையத் துவங்கிவிட்டது
தீரவே தீராத
அந்தப் பற்றாமையின் தீ.

*

அனைத்தும் அமிழும்
கரையிலா இருளில்.
இறப்புப் பொதிந்து குரல் இழைத்த
குயிலின் பாடல் நினைவிலேறும்.
விடியலின் முதல் கதிர்
ஆடை தேடித்துழாவும் பெண் விரலாகும்.
கற்பனைச் சாரல் பெய்து தேங்க,
கலைந்து சிதறும் அன்றாடச் சிசு.
நீள்வானின் அலட்சிய விலகலில்
மனமுடைந்த விண்மீன்
உரித்தெறியும் யௌவனத்தில்
ஆகாயம் துலக்கமுற,
பேதலித்த உணர்வுகள்
பின்னமுறும் மேலும்.

இன்றைய துக்கம்
உன் ஒற்றைச் சொல்லை
அணைத்துக்கொண்டிருக்கிறது.
நட்சத்திரங்களின் இமைகள்
செருக ஆரம்பித்துவிட்டன.
கொதித்தடங்கிய பாலேடாக,
சுருக்கமோடியிருக்கின்றன என் உணர்வுகள்.
என் பிடிமானங்களின் உறுதியின்மையில்
நிலம் தளர்ந்திருக்கிறது.
என் அன்பின் தேடல்களை
நீ அனுமானிக்கலாம்
இலக்கற்ற ஐயங்களென்று.
உன் ஞாபகங்களோடிருக்கும்
இந்த ஆழ்ந்த இருளில்
ஒளிர்ந்துகொண்டிருக்கின்றன
அந்த அச்சங்களின் மிருக விழிகள்.
எப்படி நான் உறங்க முடியும்
இத்தனை கனத்த இருளுக்குள்.
பழகிய பரிதவிப்பில்
உன் அருகாமையில் நானறிவது
ஒரு வெறும் காப்பன்றி
பிறிதொன்றுமில்லை.

இன்றும் கேட்கின்றன இறப்பின் ஓலங்கள்.
ரயிலின் கூவலில்
சங்கொலி கேட்டு நடுங்குகிறேன்.
என் இருள்களோடே அலைகிறேன்,
ஏதோ ஒரு குரலின் சுடாத சுடர் வேண்டி.
ஆறிய வடுக்கள் உறக்கத்தில் உடைந்திட,
ரத்தம் பீறிடுகிறது.
எனக்குத் தெரியவில்லை -
எப்போது கேட்பேனென
பல மனங்கள் குவிந்து
ஒரே குரலிடும்
புத்தகங்களின் கொஞ்சலை;
என்னுடைய அறையில்
விரியும் நிறங்களின்
கீதத்தைக் கேட்கும் நாள்
எதுவென.

*

உமா மகேஸ்வரி

உறக்க மையத்தில்
உடைந்து சிதறும் திவலைகள்.
கனவின் கங்கு.
பேசாத மரங்களிலிருந்து நழுவும் காற்று
தட்டான்களின் ரீங்காரத்தில்
ஓய்ந்த பிரக்ஞை ஒருக்களித்திருக்கும்.
நடனமிடும் கண்மணிக் கருமையில்
நைந்து விழாத சரிகைகள் மினுங்க
பிறகு கடக்கப் போவதெனினும்
புதிதான யோசனை.
இயல்பாகப் படிகள் இறங்கி
இறப்பின் தளம் தொடுகையில்,
நடுங்கும் பாதமோ
நலிந்த பறவையாகும்.
வெளிறிய விழிகளோடு
எண்ணற்ற நாட்களை
நகலெடுத்த டைரியின் பாரம்.
மூடிய முகத்தை
இந்த உள்ளங்கைகள் தேடத்தேட,
செம்பழுப்பில் வருடும் இறகாகிய
உன் இதழ்கள் இடும் முத்தம்
கூப்பிடும்
வாழ்வெல்லைகளைத் தாண்டி.

துவளும் நினைவு நாளங்களை
பனித்தூரிகையால் தொடுகின்றன
மிதந்து சரியும்
நளின ஒலிகள்.
பிள்ளைச் சிரிப்பிலும்,
வயோதிக முனகலிலும்
ஏடு படிந்த சிற்பமாக
மூடியிருக்கிறது உயிர்.
எழுத்துக்களின் இடையே
நீ இழைகையில்,
மடங்கும் மனதின்
அந்தரங்க ஓரங்களை
மறைத்துத் திறக்கிறது
முற்றுப் புள்ளி மௌனமாக.

உமா மகேஸ்வரி

கடிகாரக் குருவி நிமிடம் கொத்துகிறது.
அடுப்பின் தணல் ஆடுகிறது ஓயாமல்,
என் இளமையென சோகையுறுகிறது
மாசி மாத வெயில்;
சோர்ந்த பகல்;
காதுகளுக்குள் இரைகிறதொரு காடு
கண நேரமும் நிறுத்தாமல்.
தள்ளி வைத்து விடலாம்
தாளாத மரணங்களை;
நினைவின் பிம்பங்களைப்
புதைத்துப் பூசி விடலாம்;
என்ன செய்வது ஆனால்
இந்த நிரம்பாத வெற்றிடத்தை;
ஓலம், உக்கிரம்,
குமுறல், விரக்தி,
கண்ணீரின் நகங்கள் கீறும்
இருளின் சதை என நீளும்
நிரந்தர சூன்யத்தை.

எதுவுமில்லாமல் ஆகும் ஒவ்வொன்றும்,
வளைந்த சாலையில் ஒருக்களியும் மரம்
மௌனமாக இருக்கும்.
துயரம் என்றே தொனிக்கும்
இந்நினைவு
தரையில் துடிக்கும்
துண்டுபட்ட வெயில்,
குரூரம் கூடி
மலைகள் இறுகும்.
இரவுகள் கரும் கம்பளமாக
தலையில் விழும்.
வெளிச்சம் துலக்கிய வீடுகள்
கதவுகளோடு உறங்கும்.
பறவையின் அலைக்கழிவு.
வெள்ளை விளிம்புடன்,
வீழாததுடிப்புடன்
மிதக்கிற மேகம் நிறைந்த
ஆகாயம் அழைக்கும்
இடைவிடாமல்.

மலையைத் தாண்டித் தெரியும் வானவில்
மங்கிக்கொண்டே போகிறது.
பழைய நினைவுகளைச்
சுண்டியெடுத்த அதன் விரல் நுனி
ரத்தம் கோர்த்திருக்கிறது.
அந்திக்கும், இரவுக்கும்
இடைப்பட்ட பஞ்சுமஞ்சள்
கழுவுகிறது அதன்
எஞ்சிய பிரியங்களை.

சிறகடிக்கிறது பறவை,
நீரிலாடும் அதன் நிழல்களை மீட்டி,
நினைவில் குவியும் பறத்தலை,
இதயம் திறந்து
நீ ஏற்கக் கூடும்.
மடிந்த காற்றில் உதிரும்
இறகின் இயக்கம் ஒற்றிப்
படர்கிறேன்,
விரிகிறேன்
நானும்.

சில சமயம் காற்றை,
எப்போதாவது பறவைகளை,
பெரும்பாலும் வெயிலை,
அவ்வப்போது மழையை,
மலரிதழ்களை,
சிலவேளை பாடல்களை
நுழைய விடுகிற
ஜன்னல்தான்
இருக்கிறது எப்போதும்
தீராத தனிமையில்.

செடி

பூக்கத்தான் செய்கிறது
மெலிந்த தண்டுகளும்
சுருங்கிய கிளைகளும்
சிறுத்த இலைகளுமெனக்
குறுகிய வளர்ச்சி
பூக்களில் அகலமான புன்னகை
தொட்டி விளிம்பை
முட்டி முட்டிச்
சோர்வுறும் வேர்கள் சுருண்டு.
பசுமை மட்டும்
பாய்கிறது பங்கமின்றி
சிறு தொட்டியின்
ஒடுங்கிய சுவர்களிலிருந்து
மறுகி மறுகிக் கேட்கிறது
அந்தச் செடியின்
காடாகும் கனவு.

*

உமா மகேஸ்வரி

என் புத்தகத்தில் பொதிந்திருக்கிறது
ஒரு மயிலிறகு.
அதனுள்ளே வசிக்கின்றன
என் கனவுகள்.
ஆடுகின்றன விரியாத தோகைகள்.
அவற்றின் ஆகாத காதல்கள்.
நடுவில் கண்ணனின்
கருநீல ஆதரவு.
விளிம்பின் இழைகளில்
வீசுகிற பச்சைத் தென்றல்.
அசையும் ஓரத்தில்
உற்றுப் பார்த்தால் தெரியும்,
நீயும், நானும் விரும்பும்
முற்றற்ற சொர்க்கத்தின் முகப்பு.

விழி மூடாத இந்த இரவில்
உறைகின்றன
மனதில் சுழன்ற எல்லாம்.
பாறைப் படிவுகளுக்கிடையில்
கசிகிறதொரு கீற்று நீர்.
மரங்கள் அசைகின்றன
கந்தல் துண்டங்களாக.
காற்றில் பெருகுகிறது
இசை பேரலையாக.

இனி நான் ஒரு
பூஜ்யம்.
பல்லாயிரம் யுகங்களிடையே
நட்சத்திரங்கள் இருளின்
கருமைக்குள்
ஒளிச் சுவடுகளைப்
பொதிந்து மூடி அழுதன.
கணக்கற்ற நாட்கள்
சமுத்திரமெங்கும்
மீன்கள், திமிங்கலங்கள்
அசைந்து நீந்தி
அலை பரவிப் பரவி
மிதந்து சேர்த்த
மின்னல் சித்திரம்
அழிந்து குலைய,
வானில் ஏறிற்று
இடையறாது உலவிய
இருளற்ற வெளியில்
சதா சுழலும் இயக்கத்தின் கதிர்.

ஒருபுறம் தைக்க,
மறுபுறம் கிழியும் வாழ்வைத்
தூரப் போட முடியாது;
எளிதில்லை வேறாக்குவதும்.
என்றாலும் தப்பிக்கலாம்
என்னை மரணவெளிக்குள் எறிந்து
என முயலும்போது
கால்களில் லாடமடித்தன -
சில பழைய கனவுகள்.
தொட்டுப் பரவும் புத்தக வரிகள்.
ஸ்கூல் ரிக்ஷாவிலிருந்து
அசையும் ஒரு பிஞ்சுக்கை.
துளிர்க்குமொரு காதல்.
புதைகுழிகளைத் தோண்டிக் கிளறப்
புழுதி படிந்தெழுந்த ஒரு கவிதை.

உமா மகேஸ்வரி

வெயில் தொடவும்
தயங்கும் இந்த அறையில்
புழங்கும் நிழல்கள் நடுவேயுள்ள
கருமையின் பொருள் எதுவென
நான் குழம்புகையில்
ஜன்னலிடுக்கில்
மின்னும் விரலொன்று.
என்னைத் தொடாதது;
பின்னும் விலகாதது;
தீண்டல்களற்றதொரு
உணர்வைக் கடத்தும் திறம் மிக்கது.
பாதி திறந்த கதவின் விளிம்பில்
விசிறும் ஒளிக்குள்
மிதக்கும் வண்ணத்துப்பூச்சியை
கேட்கும் கலையை
என் மனம் மறந்தது.
புதிய சிறகில்
களைப்பை உணர்ந்தா
கண்ணாடியில் ஒய்ந்தன
பழுப்புக் குருவிகள்?
தூசி படிந்தும் வெள்ளி விளம்பொளிரும்

பன்னீர்ப் பூவாய்
நிலா வரவும்
ரகசியம் மலர்த்தும்
ராத்திரிப் பிச்சியாய்,
மீண்டும் திறக்கலாம் கற்பனைகள்.
காத்திருக்கலாம் அந்தச் சமயத்திற்கு,
சாயங்காலத்தின் பன்னிறச் சுவரில்
சாய்ந்தபடி.

சன்னலிலிருந்து
நான் வீசியெறிந்த காகிதக் கசங்கல்
விரிகிறது காற்றில்
ஒரு வெண்மலராக.
அலையும் சன்னலின் கைகள்
அதைப் பிடிக்கத் தவிக்கின்றன.
தொலைவில் அதைக்
கைப்பற்றும் யாரோடோ சேர்ந்து
மோனவெளியும் படித்துவிடும் தவறாமல்
நானெழுதித் திருத்திய
ஏதோ வரிகளை.

இரவிடுக்குகளில் உடைகிறது
நிலவின் சூன்ய வட்டம்.
மிதந்து கரைகின்றன
வெளிச்சத் துகள்கள்.
இத்தனை ஒளித் துவாரங்களில்
இடும் சாவி எதுவோ
தெரியவில்லை வான் திறக்க.
மன மூலையினின்று
கிளம்பி நடக்கும்
சொற்களின் ஜதி
விரையும் விடுவிடென என்
விரல் நுனி விடுத்து.

வாழ்வின் துணுக்கென
வடிவம்கொண்டு
சுழற்காற்றில் அலையும்
ஒரு மஞ்சள் இலை.
தாபம் அடங்காத இரவு
அதில் நடனமிடுகிறது.
சுழன்று சுழன்று
இயக்கத்தின் அணுவாய்
இறந்த மனதின் துகளாய்த்
துடிக்கிறது இலை.
வானை நீவும்
நீளக்கால் நாரைகள்
உணர்வைக் கிளறின.
என் பாதங்களில்
தேங்கியது அந்தக் கனவு.

சிக்கலான உரையாடல்கள் முடிந்ததும்
சொல்
பாலையின் திறந்த வெம்மையை விட்டு
வெளியேறியிருந்தது;
இருப்பின் குளுமையை ஏற்றும் விதமாக
அணைகளுக்குள் ஆடும் நிறமற்ற அலைகளை
மிதக்க விட்டுக்கொண்டிருந்தது.
எதையெதையோ
அழுத்தி மூடி மூடி,
அழியாமலெழுந்ததொரு புராதனப் பரணில்
அன்றில்லாத ரகசியமாகப்
ப்ரேமையின் கலைவு.
உடைந்த வெளியில்
கதவுகளின் ஓரத்திலிருந்து
எழுந்து ஓடும்
மரச் சிற்பங்களின்
மார்பில், இடையசைவில்
இருக்கவில்லை நான்.
இறுகிய புடவையும்,
எதுவுமற்ற புழுக்கமும்,
புரண்டேறும் கிறக்கங்களும்

உமா மகேஸ்வரி

நியதிகளை மழுங்கடித்தன.
தீத்தகட்டில் தோய்ந்தும்
கருகாத அரும்பாக,
நீர்த்தொட்டிக்குள் தன்
நிழலை அலைத்தது
நிலா சுதந்திரமாக.

ஒப்பனைகள் அற்று
உன்னருகே என்னைத் திறக்கிறேன்.
தொலைவிலிருந்து ஒரு
பசுமஞ்சள் மரம் பாடுகிறது.
ஓய்ந்து கிடந்த பின்பும்
எழுகிறது இயக்கத்தின் நுனி.
உலர்ந்த துக்கமேட்டில்
அசைகிறதொரு புன்னகை.
நான் உன் மீதுறைகிறேன்.
தீரும்தீரும் எனத் தேடிய பாதை
குழம்புகிறது தவறிய கண்ணாடிப் பொருளாக.
கேட்குமென்றே வரைகிறேன்
என் நிறங்களற்ற நினைவை.

மழை எங்கோ
மையம் கொண்டிருக்கிறது.
காற்றின் ஈரப்பதம்
ஜன்னலில் குழந்தை முத்தமெனப் பூக்கிறது.
தூறல்.
ஒரு கோலத்தின் சிடுக்கையாவது
அவிழ்த்திருக்கும்.
அது.
வெளியில் திரிகையில்
தொலைவிலிருக்கும் உன்
தோளை நனைப்பதைக் கண்டேன்.
பிறகு அந்த மழையை
நாம் பகிர்வதாக உணர்ந்தேன்.
ஆனால் அது பெய்தது
என் மீறல்களை வகிர்வதாக.

எதிர்பாராமல் நீ
ஊன்றிய முத்தமொன்று
கிளைத்து அசைகிறதொரு
பிரம்மாண்ட மோகவனமாய்.
அதன்
அந்தரங்கப் புயல்களில்,
அலைக்கழியும்
என் பகலிரவுகளில்,
எந்த இடத்தில்
இருக்கிறாய் நீ?

வண்ணத்துப் பூச்சிகளைத்
துரத்தும் சிறுவனென
நான் நினைத்த காற்று
நடக்கிறது மரங்களின் பாலத்தில்.
மிகவும் கீழே
அதன் அலைகள்
நட்சத்திரங்களை நட்டு வளர்க்கின்றன.

என் ரகசியச் சித்திரத்தை
அடுப்படியின் கரிய மேடையில் இயற்றினேனா.
பாலேட்டுச் சுருக்கத்தில் நெளிய விட்டேனா.
அலையில் பூவிதழ்கள் மிதந்த
பழைய நதிக்குள் படர விட்டேனா...
இடையாய்க் குழைந்த குடங்கள்;
தீய்கிற குழம்பு;
அடுத்த ஜன்னலின் நீராவி.
தெறித்ததா உன் நினைவுகளில்
என் தேய்ந்த முத்தங்கள்.
சொல் நீ காணாத நிறங்களின் நேர்த்தியை,
கோடுகளிடையே குளிர்ந்த மௌனங்களை,
எதிர்பார்ப்பின் இழைகளிலே
நெசவாகும் என்னை.

தன்னைத்தானே கிளறும் தேகம்
அரூப வெளியில்
அளைந்தெடுக்கிறது அன்றின்
துருவேறாத முத்தங்களை.
இன்றில்லாத தங்கை
பேசிய பேச்சுக்கள்;
நீரோடிய தாய் விழிகள்
சொல்லாத ஆறுதல்கள்
இழைந்து கூடுகின்றன உன்
குரலிலும், விரலிலும்.
ஒரு துணையுமற்ற எனது வெளியைப்
பொருட்படுத்தாத
சிறகுகள் கடக்க,
உருகாத பனித்துளியொன்று
உச்சரிக்கிறது
உலராத ஆகாயத்தை
நகர்ந்து கொண்டிருக்கிற
மேகத்தைத்தான்
நகராத பொழுதொன்றில் பார்க்கிறேன்
கனவின் சிறு துண்டமாக
எஞ்சியிருக்கிறது இரவு.

என் ஜன்னலில்.
ஒரு சிறு துளியின் தீண்டலிலேயே
உள்நுழைந்து விடுகிறது
முழு மழையின் குளிர்.
என்றென்றும் நெருங்க முடியாது
நீள் காலக் கோட்டினை
என அறிகையில்,
கோலச் சுழிப்புகளுக்கு
நடுவே சமைந்த புள்ளிகள்
ஊர்கின்றன அடிவானத்திற்கு.

உமா மகேஸ்வரி

நிதானம் கொள்கிறேன்.
நகரும் பொழுதைப்
பார்க்கிறேன் தேராக.
சொற்களோடு திறந்து சேர்த்த
எண்ணங்கள்
வந்து அடைகின்றன.
தூவிகளின் உதிர்விருக்கிறது
இன்றின் சலனத்தில்.
கண்டடைந்த பதில்கள்
காணாமுகத்தின் கனிவு.
பிணைந்து கலக்கிறது
மனதின் நளினம்.
முடிவு தெரியாமல் நீளும்
பேச்சிலில்லை;
அதிருப்தியோ, திகட்டலோ.
நிம்மதியுறுகிறேன்
நெரிசலான அடையாளங்களில்
நான் அடைபடவேண்டியதில்லையென.

*

கருமையும் செம்மையுமான
மேகங்கள் ஏந்தி
மிதந்தது ஆகாயம்.
எந்த மேகத்திலும்
இறக்கை உரசாமல்
பறந்த புறாக்களும்,
நீலம் முத்தமிட்ட நானும்
நகர்ந்து கடந்து விட்டோம் -
மிக நைந்த
காலையின் சகதியை.

நட்சத்திரங்களின் வாசனை
திரள்கிறது கசிந்தபடியே.
அதை முகர வேண்டும்.
சிற்றொளியாயிருந்தது முதலில்;
ஒளி வட்டங்கள் விரிந்து பெருகித்
தற்சமயம் அதன் வெளிச்சப் பிரவாகம்
என்னை இழுத்து அலைப்பதாகப்
பொங்குகிறது.
வானம் மகிழ்வோடு
துளைபடுகிறது.
விரியும் வானில் வாழும் ஆசையை
மனதில் தூண்டும் விண்மீன்கள்
உடலைச் சிறகாக்கும்
வித்தையும் அறிந்தவை.
விடியல் பூசி அவை மறையும்
எனும் கவலை
அடர்கிறது அடிவயிற்றில் ஒரு புதராக.
என்றாலும் ஜன்னலிருக்கும்
என் அறைக்குள்
அவற்றின் மணம்
ஒரு குருவிபோல்
படபடக்குமென நம்புகிறேன்

உறக்கம் கலைந்து
ஜன்னலைத் திறக்கவும்
கன்னத்தில் பதிந்தது
அந்தக் கனவின் முத்தம்.
காலையின் இசையைத்
தனியே மீட்டும்
தவறிய கைக்குட்டையெனக்
காற்றில் சுழலும் வெண்பறவை.
விழி போலொரு
விண்மீன் இமைக்க
மனதுள் மீண்டும்
கரையறுக்குமொரு
கனவின் அலை

வெயில் சுழலும்
மதியத் தெருவில்
என்னைத் தேடி வருவாய்.
உன் பாதங்களிலிருந்து கிளம்பும்
வேக அலைக்குச்
சில லட்சியங்களுண்டு -
வாசலடைய, மேகம் தொட
வீசும் காற்றுக்குள்
என்னுடன் விரைந்து பறக்க என்று.
கூரையைப் பிளந்து
வளர்கிற சுவர்கள்;
தொட்டிலுக்குக் கீழே
சதுப்பு மேடு.
வீடெங்கும் நீள்கிற
மயான நெருப்பு.
இவையன்றி
இருக்கிறேன் நான்
எதுவுமில்லாதவளாய்.

*

வெயில் வெடிக்கும் வீட்டில்
சுழலும் என் பாதங்கள்
ஓசையற்று ஓயும்போது,
அவற்றின் விசையில்
நான் நனைய விரும்பும் அருவியை,
அமைக்க நினைக்கும் நடனத்தை,
தேடத் தவிக்குமொரு தீவை
பூட்டிப்போட்டு விடுகின்றன,
உருத் தெரியாத
அநாதைப் பிணமொன்றின் முனகல்கள்.

*

இன்று எனது அதிருப்தியிலிருந்து
ஒரு அந்தரங்க வேட்கை ஊற,
அதன் அடத்தை ஏற்று,
நெடுந்தூரம் தொடர்ந்து,
மதியத்தின் அம்பலத்தில்
நனைந்த உடலோடு,
ஓடாத நதியின்
மணற் துயரை
உள்ளங்கையில் தேக்கியவாறே,
சாய்ந்தேன் முற்றத்தில்.
மறுபடி ஒருமுறை
அதன் பலத்த கதறலை ரசித்து
என் புடவையடுக்குகளுக்குள்
அலற விட்டேன்.
மிகவும் பின்னர்
உதறியும், ஏந்தியும்
உள்ளுறைந்த எனது மோகங்களை
அலகால் சீண்டியது
அழகிய ஒரு கழுகு.

மேலேறும் படிக்கட்டுகளின் பக்கவாட்டில்
பூத்திருந்தது ஒரு நினைவு.
வெயிலின் இதழ்களைத் தொடுத்துத்
தெரு சூடிய பகல்
இருளின் வெம்மையில் உதிராதது.
நினைவில் துடித்த பட்டாம்பூச்சிகள்
சித்திரமொன்றைச் செதுக்கும்.
மயங்கிச் சரியும் உணர்வைத்
தட்டான்கள் எழுப்பி ரீங்கரிக்கும்.
ஏறும்போது நினைவு
பகலை ஒப்பிக்கும்.
அன்று
மாயமானதொரு உந்துதலால்
இருளில் விழுந்தது நினைவு.
இரவு நொறுங்கியது பகலில்.

உமா மகேஸ்வரி

உன் உயிரை வருடும் சிறகின்
திசைகளுக்குத் தடம் இடப் பழகி
உனக்குள் சுழன்று,
முடிவின் வெறுமையை நிராகரித்து
உறங்கிவிட்டேன் பாடல் வரிகளில்.
நிரந்தரமாய் உன்னிடம் திரள்கின்றன
என் தேடல்கள்.
வெயில் சிதறும் வெளியில்
என் நிசப்தம் படர்ந்தது
பழுப்புக் குருவிகளோடு.
மனம் உறையும் பனியிலும்
மார்கழியை மறுக்க
விருப்பற்றிருந்தேன்.
பாசிகள் கோர்த்துத் தொங்கும்
குறத்தியின் கரங்களும்,
என் பாதங்களும்
ஒரே நிறமொலிக்க
மறுபடி நுழைந்தேன்
என் அறைக்குள்.

*

புதிய துயரங்கள் நேரிடும்போது
இடிபடுகிறது என் பாதை.
கனவுகளினுள் ஏறிய
நிபந்தனைகள் இறுகுகையில்
தளர்ந்து சரியலாகிறது.
தாபங்களின் முடிவின்மையைச்
சிதையூட்டிவிட்டு,
தனிமையைப் பிரியமுற்றன
இப்போதைய இரவுகள்.
இன்றைய மதியம்,
என் தலையணை மலரின்
மகரந்தம் தேடி
வந்ததொரு வண்ணத்துப்பூச்சி.

*

விரியும் வெண் காகிதத்தின்
திசைகளற்ற
ஏகாந்தத்தின்மீது
இழைந்து திரியும் தூரிகை.
ஆழ்ந்த இருளினின்று
எழுந்தசையும்
நிறங்களின் துளிகளால்
நிறைந்து மிதக்கும்
சுவர்ப்பரப்பு.
பிணைந்து இணையும்
குருதி அணுக்களின் கோலத்தில்
பதிந்து விரியுமொரு
பட்டுப்பாதம்.
துள்ளி அசையும்
வெள்ளி விளிம்பிடும்
அலைகளினூடே
காதலில் உதிர்ந்த
முத்தங்களை நீந்தித் தேடும்
நீர்ப் பாம்போடு
போரிடுகிறேன் நான்
நிதந்தோறும்.

மூடிய ஒரு கதவை நீ
வகிர்வதாகக் கனவொன்றிருக்கிறது
எனக்கு.
அந்நேரம்
என்னுள் நெளியும்
பச்சைப் பாம்புகளைப்
பதுக்கித்தானாக வேண்டும்.
அவற்றின்
ஊர்தலை, உராய்வை
ஒளிரும் கண்களை,
நச்சு நாவை,
தாபம் நழுவும் தோலை
உரிக்கமுடியாது உன் முன்னே.
ஆடும் படத்தின் அழகு
உன் மீது அசைவதை மட்டும்
உணரவேண்டும் நான்.

உமா மகேஸ்வரி

எதிலிருந்தோ கதிர் விரித்திருக்கிறது
இந்தக் கனவு.
வெட்கமேயின்றி அதை நான்
திறந்து பார்த்தேன்
ஒரு பாழ்மண்டபத்தில்;
செத்த பறவையின்
இறகுகளுக்கடியிலிருந்து
கண்டெடுத்தேன் ஒரு குன்றிமணியை.
உன் நனைந்த இமைகளோரம்
நான் காதற் சித்திரங்களைக் கேட்டதும்,
அகல விரல்களின் அசை தாளத்தை
என் உடலில் கண்டதும்,
ஈர ஆகாயம் மூட
அந்தியின் சோகைக் காமம் புரள்கையில்
உன் மீட்டுதலில் நான் படர்ந்ததும்,
என் முதுகை நெருடும்
உன் நகநுனியின் இலக்கற்ற ஈடுபாடும்,
உடைகளைத் திருத்தும் உன்
கவனமான உத்தரவுகளும் அதை
முறிக்க முடியாது.
உன் பார்வைகள் கலைத்து மீளும்

பாதையோரப் புதராய் அடர்கிறேன்;
நீங்கி நீள்கின்றன
இந்தக் கணமும், உணர்வும் -
இந்தக் கனவை
எதிலிருந்தோ
கதிர் விரிக்கவிட்டு.

அன்று அந்த மழையில்
நனையாதிருந்த நாம்
நீந்தினோம்
ஒருவரும் அறியாதவொரு
ஒற்றை ஓடையில்.
பகலின் பயங்களோடும்
தயக்கங்களோடும்
பதிந்தன முத்தங்கள்.
மூடிய ஜன்னல் கண்ணாடியில்
ஓடியது வானம்
ஒரு வரையறையுமற்று
நேரங்களைக் குழைத்துக்கொண்டு;
உன்னையும் என்னையும்
உதிராமல் இழைத்துக் கொண்டு.

வெளியின் திசைகளெலாம்
இருளால் அடைபட,
இருளின் பக்கங்களில்
எனது இசை
இருளாகவே உருகுகிறது.
அது கருக்கொண்ட உதயத்தை
விதையாய், தளிராய்
மரமாய் மேலும்
வனமாய் வளர்த்து விரிக்கும்
ஒரு கருமையற்ற பகலுக்குள்.
ஆகாயத்தின்
அத்தனை மொக்குகளும்
ஒரேயொரு விடியலில் பூக்கும்.

நீயறிவாய்,
எதையாவது மிக நேசிக்கும்போது;
வலியின், சுகத்தின் கண் வழியன்றி
உண்மையாய் காதலுறுகையில் -
உடலாலும், மனதாலும்
ஆன வெளி மறைகிறது
நீயுமில்லை; நானுமில்லை.
எங்கும் நிறைகிறது
அமைதி மட்டும்.

களையோ, ரோஜாவோ
நம் மன நடுவிலிருக்கின்றன
அதன் வேர்கள்.
ரோஜாவின் வேர் ஊன்றினால்
வெளியில் விரியும்
இலைகளும், மலர்களும்,
சுகந்தமும்.

*

சூழ்நிலை வெறும் நிழலே.
இயக்கம் எப்போதும் நகர்கிறது
மையத்திலிருந்து வெளிக்கு.

முல்லைகளை அள்ளியோடும்
சிறுமியின் அவசரத்தோடு
தீபங்களின் ஒளித்துளிகளை
உறிஞ்சியது காற்று.
ஒருமுறை கலைய,
மறுமுறை வரைய
என்
வாசற்கோலத்தின்
வண்ணங்களை எடுத்து
வானில் வளைத்து வைத்தது
மழை.

கால விருட்சத்தில்
பிரார்த்தனை முடிச்சாகத்
தொங்கட்டும் இதுவும் -
என் கடைசிப் பார்வை
உன் கையெழுத்தின் மீதாக.
மூச்சின் இறுதி இழைவு
உன் அருகாமையில்.

*

கோலம்

இட்டபுள்ளிகள்
இறைபட்டுக் கிடக்கின்றன.
எப்படியும் முடித்தாக வேண்டும்
இந்தக் கோலத்தை.
மிதிபடும் - மாலைக்குள்
சிதைவுறும்;எனினும்
நாளையும் உயிர்த்தலே
கோலத்தின் வைராக்கியம்.
சுற்றிலும் கோடுகள்
சொந்தமாய் வளைத்தாலும்
முற்றுப்பெற விடாமல்
மத்தியில் மறிக்கிறது
ஒற்றை வரிசையொன்று.
இட்டதில் பிசகோ,
இணைந்ததில் தவறோ,
விரலை இடறி
விழிக்கும் வீணாக,
அழித்துத் தெளித்துப்
புதிதாய் வேறு
ஆரம்பிக்கலாமென்றால்
அமங்கலமென்று குரல்கள் மிரட்டும்.

திருத்தி வரைந்தாலோ
அடியில் மங்கிய பழைய தடங்கள்
அலங்கோலமாக்கும்.
வானம் புலர்கிறது - தெளித்த
வாசல் உலர்கிறது.
வெயிலான பின்னர்
வெளிக்கோலமிடுதல் வெட்கக்கேடு.
எதனோடும் லயிக்காது
இப்படி முரண்டும்
இந்தப் புள்ளிகளை
என்ன செய்ய, எப்படிக் கோர்க்க.
புதிரான எனது கோலம்
பூர்த்தியாவதெப்போ?

கரித்தாலும்,
கடலாயிருந்தாலும்
என் கனவின் பவழங்களை
எதுவும் செய்ய முடியாது
இந்த வாழ்வால்.
அனுசரித்தும், எதிர்த்தும்
அலைகளை முட்டி,
முகம் காட்டும் அவை
உறைத்த உதயம் போலென்
உறக்கத்தின் கரைகளிலிருந்து.